கண்ணதாசன் கவிதைகள்

―――― தொகுதி 3 ――――

கவிஞர் கண்ணதாசன்

கண்ணதாசன் பதிப்பகம்

23, கண்ணதாசன் சாலை
தியாகராய நகர், சென்னை 600 017,
போன் 2433 2682 / 2433 8712
கோவை | மதுரை | பாண்டி

முதல் பதினெட்டு பதிப்புகள் - வானதி பதிப்பகம்
முதற் பதிப்பு : ஜனவரி, 2012
ஐந்தாம் பதிப்பு : ஆகஸ்ட், 2019
ஆறாம் பதிப்பு : டிசம்பர், 2022

Copyright © 1968, 2010 Kannadhasan Pathippagham. All Rights Reserved

E-mail: sales@kannadasan.co.in
Our Website: www.kannadasan.co.in

பதிப்பாசிரியர்: காந்தி கண்ணதாசன்

எச்சரிக்கை

காப்பிரைட் சட்டத்தின் கீழ் பதிவு பெற்றுள்ள இந்நூலில் இருந்து எப்பகுதியையும் முன் அனுமதியின்றி பிரசுரிக்கக்கூடாது. தவறினால் சிவில், கிரிமினல் சட்டங்களின்படி நடவடிக்கை எடுக்கப்படும்.

– காந்தி கண்ணதாசன் பி.ஏ., பி.எல்.,

No Part of this book may be reproduced or transmitted in any form or by any means electronic or mechanical including photocopying or recording or by any information storage and retrieval system without permission in writting from Gandhi Kannadhasan, B.A., B.L., Chennai.

Any violations of these conditions, legal action will be initiated in civil and criminal proceedings under the Copyright Act 1957.

Price Rs: 300/-

KANNADHASAN KAVITHAIGAL- VOL.3 - *Tamil*
Selected Poems of Poet Laureate Kannadhasan

- ❖ Written By : Poet Laureate Kannadhasan
- ❖ Sixth Edition : December, 2022
- ❖ Publishing Editor : **Gandhi Kannadhasan**
- ❖ Published By : **Kannadhasan Pathippagham**
  23, Kannadhasan Salai,
  Thiyagaraya Nagar, Chennai - 600 017.
  Ph: 044-24332682 / 8712 / 98848 22125

ISBN: 978-81-8402-622-1

Our Branches :
- No: 1212, Range Gowder Street, **Coimbatore** - 641001
  ☎ : 0422 - 4980023 / 98848 22139
- No.1, Annai Complex, III Street, Vasantha Nagar, **Madurai**-625 003.
  ☎ : 0452 - 4243793 / 98848 22126
- No. 37, Bharathy Street, **Puducherry** - 605 001.
  ☎ : 0413 - 4201202 / 98848 22128

Printed at : Vasan Print Mft. Co, Chennai - 600014.

தமிழ்ச் செல்வம்

தமிழ்ச் செல்வம் நிரம்பப் பெற்ற, கவிஞர் கண்ணதாசன் அவர்களின், கவிதைத் தொகுப்பைப் பேருவகையோடு வெளியிடுகிறேன்.

அவருடைய தேன் தமிழை தெவிட்டாத நல்லமுதைத் தமிழர்களாகிய நாம் மட்டும் படித்தால் போதாது; உலக மாந்தர் அனைவருமே கற்றுக் களிபேருவகைக் கடலில் மூழ்கித் திளைக்க வேண்டும் என்னும் பேரவாக் கொண்ட வனாதலினால் தமிழ் மக்களின் பேரன்பிற்கும் பெரு மதிப்பிற்கும் உரிய கவிஞர் கண்ணதாசன் அவர்களின், கவிதைத் தேனைத் தங்கக் கிண்ணத்தில் தந்துள்ளேன்.

வடிவோடும் பொலிவோடும் கூடிய தேன் கிண்ணத்தை அமைத்திட எடுத்துக் கொண்ட முயற்சிகள் சொல்லில் அடங்கா. அன்பும், ஆர்வமும், கவிஞர் தம் சொல் நயத்தில் கொண்ட ஈடுபாடும், என் பொறுப்பு ணர்ச்சியை அதிகப்படுத்திவிட்டன. கவிஞர் தம் எண்ணக் களஞ்சியம் வண்ணக் களஞ்சியமாக அமைய வேண்டும் என்று ஆசை மிகக் கொண்டேன். அதன் விளைவே உங்கள் கையிலிருக்கும் தங்கத் தமிழ்ச் செல்வம்; பொருள் நிரம்பிய பொற்செல்வம். இது உலகத்து மொழிகள் அனைத்திலும் வடிவெடுத்திட வாழ்த்துக் கூறுங்கள்.

தமிழ் இலக்கியத்தில் என்றும் இடம் பெறத் தக்க கவிதைகளும், தத்துவக் கவிதைகளும், அரசியல் நோக்குடன் எழுந்த கவிதைகளும், பொதுவுடைமையைப் போதிக்கும் கவிதைகளும், மக்களுக்கு நற்சிந்தனையை

நல்கும் கவிதைகளும் ஏராளமாக இத்தொகுதியில் இடம் பெற்றுள்ளன. மற்றக் கவிதைகள் அடுத்து வரும் தொகுதிகளில் இடம் பெறும்.

இத்தொகுதியிலுள்ள கவிதைப் பூக்களை ஆர்வத்தோடு சேகரித்து வைத்திருந்தவர் கவிஞரின் தம்பி திரு. இராம. கண்ணப்பன் அவர்கள். அவரை எவ்வளவு பாராட்டினாலும் தகும்.

பொருளாசை கருதாது, நாளும் பொருள் நிரம்பிய கவிதைகளை வழங்கும் தமிழ்ச்செல்வம் கண்ணதாசன் அவர்களை, வாழ்த்தி வணங்குகிறேன். அவருக்கு அன்புடன் கூடிய நன்றி உரித்தாகுக.

அன்புள்ள,
ஏ. திருநாவுக்கரசு

வாக்குமூலம்

என் இனிய நண்பர்களே,

இந்தக் கவிதைத் தொகுதி எனது கவிதைகளின் மூன்றாவது தொகுதியாகும்

1961-ஆம் ஆண்டுக்குப் பிறகு எழுதப்பட்ட பெரும்பாலான கவிதைகளே இதில் அடங்கி யுள்ளன.

அதற்கு முந்திய கவிதைகள் சிலவும் இடம் பெற்றுள்ளன.

திராவிட முன்னேற்றக் கழகத்திலிருந்து விலகிய பிறகு எழுதிய கவிதைகள் ஆதலின், அரசியல் வசவும், வாழத்தும் பின்னிக் கிடக்கின்றன.

கொள்கைகளில் மாறுபட்ட காரணத்தால், கவிதைகளில் முரண்பாடுகளும் காணப்படு கின்றன.

ஒவ்வொன்றும் அன்றாட உணர்ச்சிகளில் விளைந்த கவிதைகளாதலின், பல வகையான உணர்ச்சிகள் கொழுந்து விடுகின்றன.

வாழும் மனிதர்களைப் பற்றிய கவிதைகள் அதிகம் என்பதால், முரண்பாடுகள் இயற்கை யாகவே எழுந்து விட்டன.

இதில் தெய்வ வணக்கத்தைவிட மனித வணக்கம் அதிகம்!

நேருவைப் பற்றியும், தலைவர் காமராஜர் அவர்களைப் பற்றியும், கவியரங்கங்களில் பாடப்பட்ட பாடல்கள் இதில் நிறைந்து காணப்படுகின்றன.

முன்பு பழகிய பழக்கத்தை மறவாமல் திரு. அண்ணாதுரையைப் பற்றிய ஒரு கவிதையையும் இதில் சேர்த்துள்ளேன்.

அவசரத்தில் எழுதுவதற்கு 'ஆசிரியப்பா' வைப்போல் கைகண்ட துணைவன் கிடையாது.

வைத்த பேனாவை எடுக்காமல், 'அவசரப்பா'வாக எழுதி முடிக்க 'ஆசிரியப்பா' தான் துணை புரிகிறது!

இதில் 'ஆசிரியப்பா'வும் 'ஆறுசீர் விருத்தங்'களுமே அதிகம்!

'கூறியது கூறல்', 'மிகைப்படக் கூறல்' என்னும் குற்றங்களுக்கும், சில இடங்களில் ஆளாகியிருக்கிறேன்.

பல நேரங்களில், அவசரமாக அச்சுத் திருத்திய காரணத்தால், இலக்கணப் பிழைகளாகத் தோன்றும் சில அச்சுப் பிழைகளும் உள.

பிழை—திருத்தம் போடாமலேயே, திருத்திப் படிக்கக் கூடியவர்கள்தாம் இதை வாங்குவார்கள் என்பதால் 'திருத்தம்' போடவில்லை.

பொறுமையில்லாமலேயே எழுதிய கவிதை களிலேயும் பொருள் காணப்படுவது என்னை நானே வியந்து கொள்ளத்தக்க அம்சமாகும்.

பல நேரங்களில் எழுதி, பல பத்திரிகைகளில் வெளியிட்ட இந்தக் கவிதைகளை, ஒன்றுவிடாமல் சேர்த்து வைத்திருந்த சிறப்பு, என் தம்பி, **இராம. கண்ணப்பனுக்கு** உரியதாகும்.

பொருளாசை கருதாது, எனது கவிதைகளை மக்களிடம் பரப்ப வேண்டும் என்ற ஒரே எண்ணத்தில் இதனை வெளியிட விரும்பியவர் **'வானதி பதிப்பகம்'— திருநாவுக்கரசு.**

மிகச்சிறந்த பிரசுரகர்த்தர்களில் ஒருவரான அவர் எனக்குக் கிடைத்தது, எனது எழுதும் எண்ணத்தைப் பல மடங்கு பெருக்கிவிட்டது.

பலர் பல மாதிரிப் போட்டு விற்பனை செய்து வரும் எனது நூல்களை எல்லாம், இனி முறையாக 'வானதி பதிப்பகம்' வெளியிடும்.

பல நூல்களை, மலிவு விலையில் 'மக்கள்' பதிப்பாக வெளியிட ஆசை.

எனது முதல் கவிதைத் தொகுதியின் மூன்றாம் பதிப்பும், இரண்டாவது தொகுதியின் இரண்டாம் பதிப்பும், ஒரே தொகுதியாக வானதி பதிப்பகத்தால் வெளியிடப்படுகின்றன.

குற்றங்கள், முரண்பாடுகளை மறந்து, என் உள்ளத்தை இதில் கண்டுபிடிப்பது உங்கள் பொறுப்பு.

சென்னை
3-2-68

அன்பன்,
கண்ணதாசன்

பொருளடக்கம்

பக்கம்

வாழ்த்தும் வரவேற்பும்

1. வாழ்க 15
2. வாழ்க நன்று 17
3. நின்னுயிரும் பல்லுயிரும் 18
4. நடுங்கும் வயது; நடுங்காத கொள்கை ... 21
5. அறுபதா, இருபதன்றோ! 23
6. கண்ணியன் பிறந்த நாள் 25
7. மான மறவன் 26
8. சேதுத் தமிழ்ப் பிள்ளை 28
9. நல்லவர் வாழ்க 30
10. தமிழ் வளர்த்தோம் 31
11. தேவரனையர் 34
12. கேரளச் சிங்கமே வருக! 36

ரோஜாவின் ராஜா

13. அரிய தலைவனே வருக! 41
14. மன்றமே! மணியே! 44
15. அவனே பாரதம் 47
16. அன்புக்கு மரணம் இல்லை 49
17. ரோஜா மலரே! 52
18. கரைந்து விட்டான் 53

19.	வரம் வேண்டும்	54
20.	கமலப் பூவே!	55
21.	நேரு காவியம்	57
22.	நேரு மீண்டும் பிறந்தால்?	60
23.	நேரு நினைவு நாள்	66
24.	ஆத்ம வேதனை	72
25.	மறையா ஒலி	74

கவியரங்கம்

26.	கவிஞன் கண்ட கவிஞன்	77
27.	வானம் நிலவு	79
28.	வெற்றி முரசு	82
29.	நீத்தார் நினைவுக் கவியரங்கில் கவிஞரின் ...முன்னுரை	92
30.	...பின்னுரை	99
31.	கோயம்புத்தூர்–ஒரு விளக்கம்	103
32.	ஜனநாயக சோஷலிசம்	106
33.	தேசம் ஒன்று; தேசியம் ஒன்று	116
34.	மறுமலர்ச்சி	119
35.	மேடும் பள்ளமும்	124
36.	நாடாரை நாடினேன்	130
37.	நட்புறவு	136
38.	ஓயாத் தேனீ!	143
39.	ஓ! தியாக தீபங்களே!	145
40.	கவியரங்க முன்னுரை	149
41.	அழுகை	157

அரசியல்

42. எண்ணம் 165
43. எழுகவே! 167
44. சுதந்தரம் என்ன...? 169
45. காமராசர் தாலாட்டு 173
46. அண்ணா நாற்பது 179
47. நமக்கொரு திருநாள் 181
48. உறுதி 184
49. நிலஞ் சிவப்பு; கடல் நீலம் 187

சீன எதிர்ப்புக் கவிதைகள்

50. சபதம் 191
51. எங்கே பகைவன்? 194
52. எரியும் நெஞ்சின் குரல் 196
53. சூ-என்-லாய் ராக்-அன்-ரோல் ... 198
54. சீனத்துக்கு நன்றி 200

தத்துவம்

55. அவன்தான் இறைவன்! 205
56. எங்கே அவன்? 208
57. மனிதன் தோற்றம் 210
58. இறைவனும் மனிதனும் 212
59. நீ மணி; நான் ஒலி 217
60. யார் நால்வர்? 219

பல்சுவை

61. அன்னைக்கு விண்ணப்பம் 223

62.	நானோர் கவிஞனல்லன்	225
63.	சிந்தையும் செயலும்	228
64.	வெற்றி தோல்வி	230
65.	பாவை வந்தாள்	232
66.	விடுதலை	234
67.	கல்லறைக் காவியம்	236
68.	நிம்மதி	238
69.	மனிதரில் இறைவன்	240
70.	கவிஞனுக்கு அஞ்சலி	242
71.	குயில் பாடிய குயில்	244
72.	ஈடாக ஒருவரில்லை	246
73.	பல்லாண்டு	247
74.	ஒப்பிலா மணியே!	249
75.	ஜீவனாந்தமே...!	252
76.	பூப்படுக்கை	254
77.	காவலர் கண்ணீர்	255
78.	காலத்தின் கோலமே	257
79.	என்னை அழவிடு	259
80.	கண்மணி தென்றல்	261
81.	ஆய்வார் மன்றமே	270
82.	ஒன்றே சிந்தை	273
83.	வருங்காலத் தமிழகம்	275
84.	நாடெனில் சோவியத்	277
85.	மங்கலம் பேசுக!	279

1

வாழ்த்தும் வரவேற்பும்

வடக்கும்
வழக்கும்

வாழ்க

பெற்றவர் வாழ்க! பெரியவர் வாழ்க!
உற்றவர் வாழ்க! உறவினர் வாழ்க!
கொற்றவன் கோட்டைக் கொடிமரம் வாழ்க!
கொல்புலித் தானைக் கூட்டங்கள் வாழ்க!
தானைத் தலைவர் தனித்திறம் வாழ்க!
தலைவர் அமைச்சர் சால்புற வாழ்க!

வங்கம் வாழ்க! மாரதம் வாழ்க!
அங்கம், கலிங்கம், ஆந்திரம் வாழ்க!
சிங்கத் தமிழர் செழிப்புற வாழ்க!
செஞ்சொற் கேரளத் தீரர்கள் வாழ்க!
கருநா டகத்தவர் களிப்புற வாழ்க!
கவின்மிகு தில்லிக் கலைநகர் வாழ்க!

பாரத தேசப் பாவலர் வாழ்க!
பண்டிதத் தங்கம் பலநாள் வாழ்க!
ஈரேழ் மொழிகளும் இன்னிசை பாடுக!
இந்தியப் பண்பா டென்றும் வாழிய!

நன்செய் புன்செய் நலஞ்செழிப் புறுக!
நாடிய வினைகள் கோடியும் முடிக!
எங்கள் பகைவர் எமையணு காமல்
தங்கள் பூமியில் தழைத்துயிர் வாழ்க!

ஏடுகள் வாழ்க! எழுத்துளார் வாழ்க!
காடுகள் வாழ்க! கார்முகில் வாழ்க!
ஐயா வாழ்க! பிள்ளைகள் வாழ்க!
அண்ணன் வாழ்க! தம்பிகள் வாழ்க!
அன்பெனும் செல்வம் அடைந்தார் வாழ்க!
ஆச்சா ரியர்கள் அமைதியில் வாழ்க!

வாழ்க நன்று

இசையறிவோன் குழலெடுத்தால் இசை பிறக்கும்;
இயலறிவோன் தமிழ்படித்தால் நடை பிறக்கும்!
திசையறிவோன் படகெடுத்தால் தேசந் தோன்றும்;
திடமுடையோன் முயற்சிசெயின் செயல் பிறக்கும்!

படையுடையோன் நடைபோட்டால் பகைமை
                                                          வீழும்!
பகுத்தறிவோன் கற்றதெலாம் பயனை நல்கும்!
மடைதடுத்த வெள்ளமதே வயலை வாழ்த்தும்;
மழைபொழியும் பூமியில்தான் வளங்கள் தோன்றும்!

அறிவுடையான் ஏடொன்றே அறிவின் கன்று!
அவ்வழியே 'தமிழ்ச் செய்தி' வந்த தின்று!
திருவுடையோர் கரமெங்கும் திகழ்ந்து நின்று!
தேனூற்றுத் 'தமிழ்ச் செய்தி' வாழ்க நன்று!

நின்னுயிரும் பல்லுயிரும்

இசைகுடி மானம் கெட்டே
 இயற்றமிழ் நாட்டின் மக்கள்
வசைபட வாழ்ந்த காலை
 வான்விடி வெள்ளி யன்ன
இசைபெறும் குலத்தில் தோன்றி
 எழுப்பிய தலைவர்; நாட்டோர்,
அசைவுறத் திசைகள் தோறும்
 அறிவொளி வளர்த்த வேந்தர்!

கண்ணெலாம் சமுதா யத்தை(க்)
 காணவே படைத்த தென்றும்
மண்ணெலாம் விளங்கு தற்கே
 மனமெனல் பிறந்த தென்றும்
எண்ணெலாம் தெளிவு தோன்ற
 இசைத்ததோர் ஞானி; நாட்டில்
கண்ணிலார் கதியி லார்க்குக்
 காவலாய் விளைந்த வேலி!

தாழ்ந்துவீழ்ந் திருந்த கூட்டம்
 தனையுணர்ந் தெழுவ தற்கும்
பாழ்படக் கிடந்த நாடு
 பகுத்தறி வடைவ தற்கும்
ஆழ்ந்ததோர் எண்ணம் தந்த
 ஆண்டகை; பன்னூ றாண்டு
வாழ்விலா திருந்தார் தம்மை
 வாழ்விக்க வந்த வள்ளல்.

விளைந்தபின் அறுவ டைக்கு
 வீடுவிட் டெழுந்து கூடும்
தளர்ந்தபொய் உள்ளம் கோடி
 தழைத்துள தமிழர் நாட்டில்
அழுந்துற நிலந்தி ருத்தி
 அறிவெனும் விதைவி தைத்து
உழவர்தம் பணியே போலும்
 உழைத்தமெய் உருவம்! வாழ்க!

அவரிலை என்றால் நாட்டில்
 அறிவிலை ஆக்கம் இல்லை;
அவரிலை என்றால் ஊரில்
 அறிஞர்கள் பிறப்பே இல்லை;
அவர்தமிழ் நிலத்துக் கென்றே
 அன்னைபெற் றெடுத்த தங்கம்;
அவர்உள காலம் மட்டும்
 அன்னையின் பெருமை வாழும்!

வாழ்த்துவார் வாழ்த்தக் கேட்டு
வயதுநூ றாகும் என்றால்
வாழ்த்தவோர் கோடி மக்கள்
வையகம் தன்னில் உண்டாம்!
தாழ்த்ததோர் மதிப டைத்த
சழக்கர்க ளன்றி மற்றோர்
வாழ்த்துக ஐயா! உந்தன்
வயதுமுந் நூறும் மேலாம்!

நின்னிரு கைகள் இந்த
நீணிலம் காப்ப தாக;
நின்னிரு கண்கள் மக்கள்
நிலையினை மேலும் காண்க;
நின்னிரு கால்கள் தீய்ந்த
நீசரைக் காக்கச் செல்க;
நின்னுயிர் நிலத்தில் வாழும்
பல்லுயிர் நினைத்து வாழ்க!

(பெரியாரின் 84–ஆம் ஆண்டு பிறந்த தின வாழ்த்து)

நடுங்கும் வயது -
– நடுங்காத கொள்கை

ஊன்றிவரும் தடிசற்று நடுங்கக் கூடும்
    உள்ளத்தின் உரத்தினிலே நடுக்க மில்லை;
தோன்றவரும் வடிவினிலே நடுக்கந் தோன்றும்
    துவளாத கொள்கையிலே நடுக்க மில்லை;
வான்றவழும் வெண்மேகத் தாடி ஆடும்
    வளமான சிந்தனைக்கோர் ஆட்ட மில்லை;
ஆன்றவிந்த பெரியார்க்கும் பெரியார் எங்கள்
    ஐயாவுக் கிணைஅவரே மற்றோர் இல்லை!

நீதிமன்றின் நீதிக்கும் நீதி சொல்வார்
    நெறிகெட்டு வளைந்ததெலாம் நிமிர்த்தி
                        வைப்பார்
சாதியெனும் நாகத்தைத் தாக்கித் தாக்கிச்
    சாகடித்த பெருமைஅவர் தடிக்கே உண்டு;
நாதியிலார் நாதிபெற நாப் படைத்தார்
    நாற்பத்து ஐங்கோடி மக்க ளுக்கும்
பேதமிலா வாழ்வுதரப் பிறந்து வந்தார்;
    பிறப்பினிலே பெரியாராய்த் தான் பிறந்தார்!

ஆக்காத நூலில்லை; ஆய்ந்து தேர்ந்து
 அளிக்காத கருத்தில்லை; அழுத்த மாக(த்)
தாக்காத பழைமையில்லை; தந்தை நெஞ்சில்
 தழைக்காத உவமையில்லை; தமிழ் நிலத்தில்
நீக்காத களையில்லை; நினைத்துச் சொல்லி
 நிலைக்காத பொருளில்லை; நீதிகூட(க்)
காக்காத உலகத்தைப் பெரியார் காத்தார்
 கருணைமழை மேகத்தைக் காலம் காக்கும்!

(பெரியாரின் 85-ஆம் ஆண்டு பிறந்த தின வாழ்த்து)

அறுபதா; இருபதன்றோ!

ஒருமனம்; ஒன்றே எண்ணம்
 ஊருக்கே வாழ்ந்த வாழ்வு
திருமணம் அறியா தாகச்
 சென்ற தோர் அறுபதாண்டு;
பருவமும் காதல் இன்பப்
 பாசமும் மறந்து நிற்கும்
ஒருவனைப் பெற்ற தாலே
 உயர்ந்ததே தமிழர் நாடு!

இப்படித் தன்னைத் தந்த
 ஈடிலாத் தலைவன் சொல்லும்
சொற்படி நடப்போர் கோடி
 தொடர்ந்து அன்பால்; நாட்டை
எப்படி யேனும் காப்பான்
 இன்முகம் படைத்த வீரன்
கைப்பிடி துயரம் கூட(க்)
 காண்கிலா வாழ்வு வாழ்வோம்!

அறுபது கடந்தான் என்றே
ஆயிரம் முறைசொன் னாலும்
அறுபதா! தவறு! வீரன்
அத்திபோல் நடத்தல் கண்டோர்
இருபது வயதே என்பார்!
இளமையின் தோற்றம் சிந்தும்
திருமகன் தமிழர் நாட்டில்
திரண்டநாள் வாழ்வான்! வாழ்க!

அன்னவன் உளநாள் மட்டும்
அமைச்சவை அவன்பால் நிற்கும்
மன்னவன் வாழ்நாள் கொண்டே
மண்டலம் வாழும்! வீரத்
தென்னவன் எங்கள் சொத்து
தென்கடல் உமிழும் முத்து!
பின்னொரு வர்ஈ டில்லை
பேச்செலாம் அவன் பேச்சாகும்!

தீயன நாடார்; என்றும்
சிறுமைகள் நாடார், வாழ்வில்
மாயங்கள் நாடார்; வெத்து
மந்திரம் நாடார்; நீண்ட
வாய்கொண்டு மேடை சாய்க்கும்
வறட்டு வார்த்தைகள் நாடார்!
சேயினும் இளைய நெஞ்சு(ச்)
செம்மல்பல் லாண்டு வாழ்க!

(தலைவர் காமராசரின் 60–ஆம் ஆண்டு பிறந்ததின வாழ்த்து)

கண்ணியன் பிறந்த நாள்

சின்னஞ் சிறியவர் சிரித்து மகிழ்க!
சேயிழை யார்முகம் திங்களாய் மலர்க!
தன்னல மறந்தோர் தலைநிமிர்ந் துயர்க!
தாயக வேட்கையர் தமதென நினைக!

    இது—காமராசர் பிறந்தநாள்
    நாம்—கவலைகள் மறந்தநாள்!

ஆடுக மாணவர் ஆரவா ரித்து!
அள்ளுக இன்பம் அண்ணலை நினைத்து!
பாடுக பாவலர் பாடல் தொடுத்து!
பருகுக மாந்தர் பழரசம் எடுத்து!

    இது—காமராசர் பிறந்தநாள்!
    நாம்—கவலைகள் மறந்தநாள்!

வீடுகள் தோறும் விளக்கம் ஒளிர்க!
வெள்ளை மனத்தவர் உள்ளம் குளிர்க!
நாடெங்கும் தோரணம் கோலங் களிடுக!
நல்லவர் திரண்டு ஊர்வலம் வருக!

    இது—கண்ணியன் பிறந்தநாள்
    நாம்—எண்ணிய நடந்தநாள்!

(தலைவர் காமராசரின் 61-ஆம் ஆண்டு பிறந்ததின வாழ்த்து)

மான மறவன்

தீந்தமிழ்ச் சாறு; தெளிந்தநல் லாறு
செய்முறை நேர்த்தி தெரிந்தநல் லறிஞன்
ஆன்றவிந் தமைந்த அன்புடை வள்ளல்
அன்னைநா டுயரத் தன்னையிங் களித்தோன்!

கல்லா மைதனைக் கருவறுக் கின்றவன்
இல்லா மைதனை இல்லா தாக்குவோன்
நல்லோர் இதயம் நாடும் நாயகன்
நாவசைக் காமலே நாடமைக் கின்றவன்!

மானத் தமிழர் மன்றிடைத் தோன்றிய
ஞானமா ணிக்கம்; நறுமணத் தென்றல்
நேருதம் வாரிசாய் நிலைத்து நிற்பவன்!

பாரதத் தேருக்குப் பண்புசால் சாரதி
ஒடிந்து விழுந்த உலக்கைத் துண்டுகள்
தாக்குவ தனைத்தும் தாங்கும் மன்னவன்!

ஏழ்மையிற் பிறந்து ஏழ்மை உணர்ந்து
ஏழைகள் உயர இதயம் விரித்தவன்
குழம்பும் குட்டையிற் குதிக்க நினைத்தவர்
குழம்பிச் சோர்வுறக் குழப்பம் தீர்த்தவன்!

படித்தவ னல்லன்; பல்கலைக் கல்வி
முடித்தவ னல்லன்; நால்வகை வேதம்
குடித்தவ னல்லன்; கொள்கை நிலத்தில்
வெடித்து வந்தவன்; வெள்ளை நெஞ்சினன்!

அவனால் பாரதம் அமைதி யுற்றது
அவனால் பாரதம் அழிவுநீங ்கிற்று!
அறுபத்தி ரண்டு ஆண்டுகள் எய்தியும்
இருபத்தி ரண்டுபோல் தோன்றும் இளைஞன்!

பாரத தேசம் பட்டினி ஒழிந்து
பாரில் உயரப் பறக்குநாள் வரைக்கும்
வாழிய வென்று வாழ்த்துமிப் பாட்டு
ஏழைக் கவிஞனின் இதயத் துடிப்பு!

(தலைவர் காமராசரின் 62-ஆம் ஆண்டு பிறந்ததின வாழ்த்து)

சேதுத் தமிழ்ப் பிள்ளை

இலகு செந்தமிழ் இழிந்த காலையில்
புலவர் தமிழைப் புனிதம் செய்தனர்!

வயலா யெண்ணி வரப்புக ளாக்கி
வாய்க்கால் வெட்டி வல்லுர மிட்டுக்
களைகள் நீக்கிக் காத்தனர் தமிழை!

மானுடன் பிறந்த மானம் போன்று
வாழ்வில் இணைந்த வண்டமிழ் வாழத்
தளரா துழைத்த தகையோர் பற்பலர்!

செம்மை புதுமை சீர்முறை கண்ட
சிதம்பர நாதச் செல்வர், நாவலர்
சோம சுந்தரம், சுப்பிர மணியம்,
பன்மொழிப் புலவர், பாரதி என்று
எண்ணிலாத் தமிழ் இறைவர் தோன்றினர்!

அன்னவர் தம்முள் தம்மையும் வைத்து
ஆராய்ந் தெடுத்த 'ஊரும் பேரும்'
'வீர மாநகர்' 'வேலும் வில்லும்'
இன்ன பற்பல இன்றமிழ் நூல்கள்

நெய்த பாவலன் நீதியின் காவலன்
துய்ய நெஞ்சினன் சொல்லின் வல்லவன்
வைத துன்னலர் வாழ்த்து மாறுசொல்
பெய்த டெற்றியன் பெண்மை போற்றுவன்
வைத்த வாசகம் வாழ்விலும் கொண்டவன்

தன்மனை யன்றித் தலைநிமிர்ந் தொன்று
காணா மேன்மையன் கற்றது பெற்றவன்
பிறப்பி லுங்குடிப் பெருமையில் தோய்ந்தவன்
இசைபட வாழும் இன்னவன் திறத்தை
எப்படிப் பாடினும் கைப்பிடி யளவே!

ஊருள் ளளவும் உலகுள் ளளவும்
காருள் ளளவும் கடலுள் ளளவும்
தேரும் தமிழர் சிறப்புள் ளளவும்
சேதுத் தமிழும் பிள்ளைத் தமிழும்
சேதுப் பிள்ளையின் செம்மைத் தமிழும்
வாழ்ந்தி ருந்து வளம்பல காணுக!

வெள்ளி யோடு விழாமுடி யாமல்
பிள்ளை மேலும் வெற்றிகள் பெற்று
பொன்விழாப்பெறப் பூமியில் வாழிய!

நல்லவர் வாழ்க!

ஆறுபத் தாண்டு சென்றும்
அணுவிலும் முதுமை தோன்றா
வீறுடன் விளங்கும் தோற்றம்
வியத்தகும் சுறுசு றுப்பு
கூறுபோட் டறியும் ஆற்றல்
கொள்கையில் நீங்காப் பற்று
ஏறுபோற் கொண்டு வாழும்
இனியவர் வாழ்க! வாழ்க!

பூவென்ற உள்ளம்; ஆங்கே
பொன்னென்ற எண்ணம் கொண்ட
கோவிந்த சாமி எங்கள்
கொற்றவர் மரபுத் தோன்றல்;
தேவர்க்கும் அரிய தான
திறமெலாம் படைத்த தோழர்
நாவெல்லும் நலம் நிறைந்த
நல்லவர் வாழ்க! வாழ்க!

இன்னும்எந் தோழர் நாட்டில்
இருநூறு யாண்டு வாழ்ந்து
தன்னலங் கருதா வாழ்வில்
தழைத்தினி துயர்க! வாழ்க!
பன்னெடுங் கால மாகப்
பழிக்கிட மாக வாழும்
தென்னவர் தேற அன்னார்
சேவைகள் செய்து வாழ்க!

தமிழ் வளர்த்தோம்!

ஆன்ற தமிழர் அருங்குணத்தி லேமிதந்து
தோன்றுந் திசையெங்கும் தொழில்புரிந்த காலமுதல்
ஈன்ற மனையரசு இல்லத்தாள், பெற்றபிள்ளை
யாவும் மறந்து அயலகத்தே தமிழ்வளர்த்தோம்
வண்ணக் கலைவளர்த்தோம்; வரலாறே
 நாம்சமைத்தோம்;

எண்ணத் தொலையாத எத்தனையோ
 கோயில்களை(க்)
கண்ணில் இருத்திக் கலையோடு காத்துவந்தோம்
காசி நகரத்துக் கடவுளரைப் பேசவைத்தால்
காவிரிப்பூம் பட்டினத்தார் கலையுணர்ச்சி
 தோன்றவரும்!

மாசற்ற பொன்னும் மணிவயிரம் ரத்தினமும்
தூசென்று எண்ணித் தூக்கிக் கொடுத்துவந்தோம்
பண்டைத் தமிழ்மரபைப் பண்போடு
 காத்துவந்தோம்
அண்டை நிலங்களில்நம் ஆண்டவனை
 ஊன்றிவைத்தோம்!

காசிவிசா லாட்சி கவிமதுரைமீ னாட்சி
கட்டியுள்ள ஆடைகளும் கழுத்திலுள்ள
பொன்னகையும்
சுற்றியுள்ள மண்டபமும் தூக்கிவரும் வாகனமும்
முற்றும் அழியாத மொட்டைக்கோ புரத்தழகும்
அண்ணா மலையில் அமர்ந்திருக்கும் பேரழகும்
ஆக்கிக் கொடுத்தவர்கள் அமர்ந்திருந்து காத்தவர்கள்
நாட்டுக்கோட் டைவளர்த்த நகரத்தார் அல்லேமோ!

பக்திக்குத் தானா பணத்தைச் செலவழித்தோம்
பகுத்தறிவுக் கோயில்களாம் பள்ளிகளும்
நாம்சமைத்தோம்!
பல்கலையும் ஆற்றிவரும் வண்ணப்பல் கலைக்கழகம்
செல்வம் வளர்த்துவரும் செட்டிமார் வண்ணமன்றோ
வட்டி வணிகன் வளமார் தமிழகத்தில்
கொட்டிக் குவித்ததொரு கோடியிலும் மேலாகும்!

அன்று பிறகலைகள் அறியா திருந்தவர்கள்
இன்று புவிமுழுதும் எத்தனையோ தொழில்புரிவோர்
பழந்தமிழின் இலக்கியமும், பண்புமிகும் நூலினமும்
இழந்துவிடா திருப்பதற்கு எத்தனையோ நூல்நிலையம்
நாமே நடத்துகின்றோம்; நாட்டறிவை ஏற்றுகின்றோம்!
வழக்கறிஞர் நூறு, மருத்துவரோ இருநூறு
வளரும் பொறிஇயலில் மலர்ந்தவரோ நானூறு
கிழக்கும்மேற் கும்அறிந்து, கேட்போர்க்குப்
பதிலுரைக்கும்!
தத்துவமும் நம்மக்கள் சமுதாயம் கண்டதுண்டு!

பர்மா நிலத்தில் பச்சைவயல் முகங்காட்ட
பச்சை வயலிடையே பச்சரிசி சிரித்திருக்க
அத்தனையும் பொன்னாக ஆக்கிப் படைத்தவர்கள்
நம்மவரே என்றால் நாட்டோர் மறுப்பதில்லை;
ஆனாலும் நம்மவர்கள் அடக்கத்தால் இன்றுவரை
தாமாகத் தம்மைத் தலைதூக்கிக் கொண்டதில்லை
இன்று விழித்துவிட்டோம்; எல்லாரும்
                    ஒன்றுபட்டோம்!

ஒன்று சமுதாயம் என்றுவரும் நாள்வரையும்
தத்தமது சாதியினைச் சாதியினர் போற்றுமட்டும்
சபையில் முழக்கிடுவோர் சாதிக்கே வாழுமட்டும்
நாமும் நமதுகுலம் நலங்காணப் போரிடுவோம்
நகரத்தார் நவஉலகை நாளைக்கே நாம்சமைப்போம்!

(காசி, நாட்டுக்கோட்டை நகரச் சத்திரம் நூற்றாண்டு விழா மலர்)

தேவரனையர்

யாவர் கருத்தெனினும்
எக்கருத்தே மலர்ந்திடினும்
மூவர் தமிழ்எனினும்
மூடர்எழுத் தேவரினும்
பாவின் சுவையெனினும்
பாலகர்தம் கதையெனினும்
ஏவும் மொழியெனினும்
எடுத்தாளும் சொல்லெனினும்
ஒருகருத்தை மற்றொருவர்
ஓங்கி மறுத்திடினும்
உருத்தெரியா தேஒருவர்
உளறிவைத்துப் போயிடினும்
எழுத்தடுக்கி அன்னவற்றை
ஏற்றிஅச்சு வாகனத்தில்
கொடுத்தருளும் தொழிலாளி
கொள்கைபல கண்டவனாம்!

தேவ ரனையவனாம்
     தெய்வநிலை கொண்டவனாம்!
விருப்பு வெறுப்பறியா
     வெள்ளைமனம் பெற்றவனாம்!
தனக்குப் பிடிக்காத
     சரக்கெனினும் கோத்தெடுத்து
அமைக்கும் தொழிலாளி
     அச்சடுக்கும் தொழிலாளி!
மக்கள் மனமகிழ
     மங்கலநன் வாழ்வுகண்டு
தக்க நிலையடைய(த்)
     தமிழ்த்தாய் அருள்புரிவாள்!

(அச்சுத் தொழிலாளர்கள் மாநாட்டு மலர் வாழ்த்து)

கேரளச் சிங்கமே வருக!

பாரதத் தங்கமே வா!
    பண்டிதர் தோழனே வா!
நேர்மையின் நெஞ்சமே வா!
    நீதியின் குன்றமே வா!
கூர்மதிச் செல்வமே வா!
    குறைவிலாக் கொள்கையோய் வா!
கேரளச் சிங்கமே வா!
    கேண்மையின் சிகரமே வா!

தூற்றுவார் தூற்றல் கேட்டும்
    சோர்விலாப் பணிகள் செய்தோய்!
ஆற்றலால் அன்னை நாட்டின்
    அன்பினை ஒருங்கே கண்டோய்!
ஏற்றதோர் கொள்கைக் கென்றே
    இதயத்தை எடுத்து வைத்தோய்!
போற்றுவார் நாட்டின் மக்கள்,
    பொறுத்திரு; காலந் தோன்றும்!

இன்றும்நின் பணிகள் ஏற்க
    ஏங்குமெம் இதயம்! நாட்டின்
மன்றில்நின் குரலைக் கேட்க
    மயங்குமெம் நெஞ்சம்! தூதுத்

தென்றலே! நாட்டுக்காகத்
    திரைகடல் தாண்டிச் சென்று
குன்றுபோல் நிமிர்ந்தே நின்ற
    கொற்றவா, வருக! வாழ்க!

பாரதப் போரில் அன்று
    பாண்டவர் அரசைக் காக்க
நேரிலே கிருஷ்ணன் வந்தான்
    நினைத்ததை முடித்தே சென்றான்!
பாரதப் போரில் இன்று
    பண்டிதர் நாட்டைக் காக்க
நேர்மையில் நீயே நின்றாய்
    நின்துணை இழந்தோம் நாங்கள்!

ஆயினும் கவலோம்! நாட்டின்
    அரசிலே உனையும் காண்போம்;
தாயினை மறக்கும் பிள்ளை
    தாயக மெங்கும் இல்லை!
தூயநின் உள்ளம் எங்கள்
    தோளினைக் காக்கும்; மக்கள்
வாயுள வரைக்கும் நின்பேர்
    வகையுற வாழும்; வாழ்க!

தன்னிக ரில்லா எங்கள்
    தலைவனாம் ஜவாகர் லாலை
மன்னனை, மணியை, உந்தன்
    மனத்திலே மனமா னோனை,
பின்னிய அன்பால் உன்பால்
    பிணைந்துள பெரியோன் தன்னை
இன்னுயிர் உளநாள் மட்டும்
    என்றும்நீ மறத்தல் வேண்டா!

பாலுக்கும் களங்கம் சொல்லும்
 பாவிகள் உனக்கும் சொன்னார்;
நாலுக்கும் வளைந்து நிற்கும்
 நரிகளே உனைப் பழித்தார்;
ஆலுக்கும் அரசுக்கும் ஓர்
 அரையடி அரிவாள் தானே!
வேலுக்கும் வேலே; உன்மேல்
 வீசினார் பழிச்சொல் வேலை!

வீரநின் தேச பக்தி
 வியத்தகும் பக்தி யாகும்;
சேரனே, உனக்கும் மேலோர்
 தேசத்தின் பக்த ரில்லை!
நாரதச் சகுனி மாக்கள்
 நாவிழத் தூற்றி னாலும்
பாரதம் உன்னால் கண்ட
 பண்பினை மறப்பா ரில்லை!

உன்னதத் தலைவன் நேரு
 உயிருடன் அனைத்தும் தந்து
தன்னலம் மறந்து நின்றான்
 தன்னிலே உன்னைக் கண்டான்;
உன்பணி மேலும் தேவை!
 உன்குரல் ஒலிக்கும் மீண்டும்!
'கிண்'ணென எழுந்தே நிற்பாய்
 கேரளச் சிங்க மே! நீ!

(அமைச்சர் பதவியைத் துறந்தபின் சென்னை வந்த திரு. வி.கே.கே. மேனனுக்கு 23-12-62-இல் கடற்கரைப் பொதுக்கூட்டத்தில் பாடிக்கொடுத்த வரவேற்பு.)

2
ரோஜாவின் ராஜா

குறுந்தொகை

அரிய தலைவனே! வருக!

எங்கள் தலைவனே! இதயமே வருக!
இனிய புன்னகைக் கலைஞனே வருக!
சங்கத் தமிழின் சாரமே வருக!
தர்ம தேவனின் தூதனே வருக!

கங்கை வெள்ளமே கருணையே வருக!
காந்தி நாயகன் செல்வமே வருக!
சுட்ட போதிலும் மாற்றுவிடா ததோர்
தூய தங்கமே! தாய்மையே வருக!

அமைதி என்பதோர் தூதுகொண் டோடும்
அன்பு மாளிகை வெண்புறா வருக!
மதங்களுக் கெல்லாம் தலைவனே வருக!
மனித மேன்மையின் வடிவமே வருக!

பூமி முற்றிலும் போர் மறுத்திடும்
புத்த தேவனின் தத்துவம் வருக!
கண்ணில் மணியெனக் காத்த கொள்கையை
மண்ணில் ஊன்றிய மன்னனே வருக!

ஒருவர் போலவே ஒருவர் வாழ்ந்திடும்
தருமம் நாட்டிய சமத்துவச் சித்தனே!
இல்லை யென்பதே இல்லை என்னுமா(று)
அள்ளி வைத்தஎம் அண்ணலே வருக!

நிறுவை யந்திர முனையின் முள்ளென
நடுநிலை கொளும் நாயகா வருக!
பொருள்கள் யாவையும் பொதுமையே என்பதில்
புதுமுறை கொளும் புரட்சியே வருக!

நாக்கு நீண்டவர் தாக்கும் வேளையும்
போக்கு மாறிடாப் பொறுமையே வருக!
பசிபடர்ந்த இப் பாரத பூமியில்
தொழில் வளர்த்தசெந் தோள்களே வருக!

நம்பி உன்னை நாங்களே வைத்தனம்
நம்பிக் கைதனை நாளும் வளர்த்தனம்
நம்பியதால் இன்று நாங்களே வாழ்கிறோம்!

உன்னிடத்தில் உறுதி யிலா தவர்
உள்ள மற்றவர் உண்மையிலா தவர்!
கள்ள மற்றதோர் பிள்ளையின் உள்ளமே
காலமுற் றும்நின் காவலை வேண்டுவம்!

இன்று பாரதம் உண்மை பாரதம்!
இன்று பாரதம் நேரு பாரதம்!
புதிய பாரதம் பொங்கு மாக்கடல்!

ஒன்று தேசம்; நீஒருவன் நாயகன்!
இன்று, நாளை,ஏன் என்றும் நாயகன்!
மாறி மாறிஇத் தலைமையை ஏற்றுநீ
நூறு நூறுபல் லாண்டு வாழ்வதே
ஏழை மக்களின் இதய கீதமாம்!

உலக மெங்கணும் ஓய்விலா மலே
கலக மூளும்இக் கலியுகத் தினில்
அன்பு வேந்தனே! அரிய தலைவனே!
உன்னை எண்ணியே ஓய்வு கொண்டனம்!

எனது பிள்ளைபேரன், அவன் மகன்
உனது ஆட்சியில் ஓங்கி வாழுவர்!
நீளும் நின்உயிர்! வாழும் நின்உடல்!

(1963-ஆம் ஆண்டு நேருஜி அவர்கள் சென்னை வந்த போது, தேனாம்பேட்டை ஆபட்ஸ்பரி மாளிகையில் நடைபெற்ற கூட்டத்தில் பாடிக் கொடுத்த வரவேற்பு.)

மன்றமே! மணியே!

தன்னையே நாடாய் வைத்து
 நாட்டையே தானாய்க் கண்டு
தென்னைபோல் நிமிர்ந்தே நின்று
 தேர்ந்தநல் லறிவைக் கொண்டு
சொன்னயத் தேனைப் பெய்து
 தூய்மையால் உலகை ஈர்த்து
அன்னைபோல் துணைக்கண் டத்தை
 அணைத்தநற் றலைவன் வாழ்க!

அவன்புகுஞ் சபைகள் தோறும்
 அவன்குரல் ஒன்றே கேட்கும்;
அவன்சொலும் சொற்கள் யாவும்
 அமைதியின் வடிவாய் நிற்கும்;
அவன்வரு கின்றான் என்றால்
 அகிலமே மலர்கள் தூவும்;
அவன்செயல் முறையால் எங்கள்
 அன்னையர் நாடும் வாழும்

நடுநிலைக் கொள்கை ஏற்று
    நாட்டிடை நாட்டிக் காட்டி
கெடுநிலை தடுத்தான்; ஒற்றைக்
    கேள்வியாய்த் தனித்தே நின்றான்!
விடுதலை பெறும்நா டெல்லாம்
    வீரனின் பின்னே சென்று
நடுநிலை அணியில் நின்று
    நல்லறம் காணச் செய்தான்!

காந்தியைப் படைத்த நாடு
    கண்ணியன் நேரு வென்னும்
சாந்தியைப் படைத்த தென்று
    தாரணி கிழக்கும் மேற்கும்
ஏந்திய தலைவன் கொள்கை
    ஏற்றதை நினைக்குந் தோறும்
சாந்தியில் இதயம் நீந்தும்
    தலையெலாம் எழுந்தே நிற்கும்!

அண்ணலே! வாழ்க! நாட்டின்
    அத்தனை உயிரும் உன்னைத்
திண்ணமாய்த் தொடரும்! என்றும்
    தீமையிற் புகுந்த மாக்கள்
கண்படு முன்னே வீழும்!
    காலம் உன்அருகே நிற்கும்!
பண்படு குடியில் வந்த
    பகலவ! வாழ்க! வாழ்க!

முன்புறம் வணக்கம் சொல்லி
முதுகையும் பார்ப்போ மென்று
பின்புறம் கணையை வீசும்
பேடிகள், முதலா ளித்துவ(த்)
தெம்பினில் உனை எதிர்த்து(த்)
தேசபக் தர்கள் போல
வம்புசெய் தாலும் அன்னார்
வாய்மொழி மதிப்பா ரில்லை!

ஒன்றுதான் தேசம்! அங்கே
ஒருவனே தலைவன்! ஆமாம்
இன்றல்; நாளை யேனும்
எதிர்வருங் கால மேனும்
தென்றலும் நிலவும் வானும்
தேசமும் உனையே ஏற்கும்!
மன்றமே! மணியே! எங்கள்
மன்னனே! பன்னாள் வாழ்க!

அவனே பாரதம்

எட்டிரண் டாண்டுகள் எய்திய பாரதம்
எத்துறைத் தொழிலும் ஏற்றுவ ளர்ந்தது
பட்டுத் தொழில்முதல் பறக்கும் விமானம்
கட்டுந் தொழில்வரை கண்டது பாரதம்!
பாழ்நிலம் புதுக்கிப் பச்சை வயல்வர
பச்சை நிலத்திடைப் பாடுங் குரல்வர
சூழ்ச்சி நீக்கித் தொல்லைகள் போக்கித்
துலங்கும் பாரதம் தோலா தினிமேல்!
எங்கணும் நாமே! யாவினும் நாமே!
ஏழ்கடல் வையகம் சூழ்வதும் நாமே!

அறநெறி கண்ட அரசியல் வாய்ப்பு
அமைதியோ டார்ந்த அற்புதக் கொள்கைகள்
தந்தவன் ஒருவன்! தாயகத் தலைவன்!
சிந்தனை யாளன்; செயற்கரு வூலம்!
விந்தை மனிதன்; வீழ்வார் தாங்கும்
வியன்றோள் மறவன்; வெம்புலி யன்னான்!
சிறகுவி ரித்துத் தேசங்கள் தோறும்
அமைதி வழங்கும் அழகிய வெண்புறா!

சூரிய கண்கள்; குலுங்கும் புன்னகை
சீரிய நெறிகள் சிந்தும் திருமுகம்;
மலரினும் மெல்லிய மனத்தன்; பூமியில்
மழையினும் பெரிய வளம்மிக வுடையான்;
சமத்துவச் சிந்தன்;நம் தலைமுறைப் புத்தன்;
தன்சொல் செஞ்சொல் தனிச்சொல் லுடையான்!
இமய முதற்றே குமரிக் கடல்வரை
இவனல் லாதொரு நாயகன் இலையென
உலகம் வியக்கும் உன்னத மனிதன்!

குழந்தையின் மழலை; கோபமும் கொஞ்சும்!
எழுந்துநின் றானேல் இயற்கையே மயங்கும்!
முதலா ளித்துவம் தொழிலா ளித்துவம்
மோதும் உலகில் மூன்றாம் நிலையவன்!

அவன்தலை மைத்தே அமைந்தது பாரதம்!
அவன்செய லாலே அமைந்தது பேரிடம்!
வையகம் போற்றும் மன்னவன் இன்னும்
வாழிய பன்னாள்! வாழிய வாழிய!

(நேருஜி 74ஆவது பிறந்த தின வாழ்த்துகள்)

அன்புக்கு மரணம் இல்லை

சீரிய நெற்றி எங்கே
சிவந்தநல் இதழ்கள் எங்கே
கூரிய் விழிகள் எங்கே
குறுநகை போன தெங்கே
நேரிய பார்வை எங்கே
நிமிர்ந்தநன் நடைதா னெங்கே
நிலமெலாம் வணங்கும் தோற்றம்
நெருப்பினில் வீழ்ந்த திங்கே!

அம்மம்மா என்ன சொல்வேன்
அண்ணலைத் தீயி லிட்டார்
அன்னையைத் தீயி லிட்டார்
பிள்ளையைத் தீயி லிட்டார்
தீயவை நினையா நெஞ்சைத்
தீயிலே எரிய விட்டார்!
தீயசொல் சொல்லா வாயைத்
தீயிலே கருக விட்டார்!

—வேறு—

பச்சைக் குழந்தை
பாலுக்குத் தவித்திருக்க
பெற்றவளை அந்தப்
பெருமான் அழைத்துவிட்டான்;

வானத்தில் வல்லூறு
வட்டமிடும் வேளையிலே
சேய்க்கிளியைக் கலங்கவிட்டுத்
தாய்க்கிளியைக் கொன்றுவிட்டான்!

சாவே உனக்கொருநாள்
சாவுவந்து சேராதோ!
சஞ்சலமே நீயுமொரு
சஞ்சலத்தைக் காணாயோ!

தீயே உனக்கொருநாள்
தீமூட்டிப் பாரோமோ!
தெய்வமே உன்னையும்நாம்
தேம்பி அழவையோமோ!

யாரிடத்துப் போயுரைப்போம்?
யார்மொழியில் அமைதிகொள்வோம்?
யார்துணையில் வாழ்ந்திருப்போம்
யார்நிழலில் குடியிருப்போம்?

வேரோடு மரம்பறித்த
வேதனே எம்மையும்நீ
ஊரோடு கொண்டுசென்றால்
உயிர்வாதை எமக்கில்லையே...

நீரோடும் கண்களுக்கு
நிம்மதியை யார்தருவார்?
நேருஇல்லாப் பாரதத்தை
நினைவினில்யார் வைத்திருப்பார்?

ஐயையோ! காலமே!
ஆண்டவனே! எங்கள் துயர்
ஆறாதே ஆறாதே
அழுதாலும் தீராதே!

கைகொடுத்த நாயகனைக்
 கைப்புறத்தே மறைத்தாயே
கண்கொடுத்த காவலனைக்
 கண்மூட வைத்தாயே
கண்டதெலாம் உண்மையா
 கேட்டதெலாம் நிஜம்தானா
கனவா கதையா
 கற்பனையா அம்மம்மா...!

நேருவா மறைந்தார்; இல்லை!
 நேர்மைக்குச் சாவே இல்லை!
அழிவில்லை முடிவு மில்லை;
 அன்புக்கு மரணம் இல்லை!

இருக்கின்றார் நேரு
 இங்கேதான் இங்கேதான்
எம்முயிரில், இரத்தத்தில்
 இதயத்தில், நரம்புகளில்,
கண்ணில், செவியில்,
 கைத்தலத்தில் இருக்கின்றார்!

எங்கள் தலைவர்
 எமைவிட்டுச் செல்வதில்லை!
என்றும் அவர்பெயரை
 எம்முடனே வைத்திருப்போம்!
அம்மா... அம்மா... அம்மா!

(இதுவும், இதைத் தொடர்ந்து வரும் கவிதைகளும் நேருஜியின் மறைவைக் குறித்து இயற்றியவையாகும்.)

ரோஜா மலரே...

ரோஜா மலரே ஏன் மலர்ந்தாய்—எங்கள்
ராஜா இல்லையே மார்பினில் சூட!
எங்கள் வானம் இருண்ட பின்னாலே...
எங்கள் வெண்ணிலா மறைந்த பின்னாலே...
—ரோஜா

பூப்போல் இருப்பான் புன்னகை புரிவான்
பார்ப்பவர் நெஞ்சில் படம்போல் பதிவான்
காட்சியில் எளியன் கருத்தினில் இனியன்
ஆட்சியில் மன்னவன் அடங்கிய பின்னே...
—ரோஜா

இனிமேல் உலகில் ஏழைகள் நாங்கள்
இறக்கை இல்லாத பறவைகள் நாங்கள்
அன்னை இல்லாத பிள்ளைகள் நாங்கள்
அரசன் இல்லாத குடிமக்கள் நாங்கள்...
—ரோஜா

குழந்தைகளே ஏன் சோர்ந்து விட்டீர்கள்
குழந்தை நேருவைப் பிரிந்தத னாலே?...
மணிவாய் திறந்து மாமா என்று
மறுபடி அழைக்க அவர்வரு வாரா?...
—ரோஜா

அடிமைக்கு இனிமேல் விடுதலை இல்லை
அழுகைக்கு இனிமேல் ஆறுதல் இல்லை
கொடுமைக்கு இனிமேல் முடிவுகள் இல்லை!...
கொற்றவன் ஜவாகர் குரல்இனி இல்லை!...
—ரோஜா

கரைந்து விட்டான்

கங்கைத் தனிநதியே—உனக்கோர்
 கருணை வாய்த்ததடி!
பொங்கும் கடலலையே—உனக்கோர்
 புகழும் வாய்த்ததடி!

பச்சை வயலழகே—உனக்கவன்
 பாசம் கிடைத்ததடி!
இச்சைக் கினியமகன்—உடலை
 எடுத்துத் தூவிவிட்டார்!

மண்ணிற் கலந்துவிட்டான்—அவனோர்
 மந்திர மாகிவிட்டான்!
விண்ணிற் பறந்துவிட்டான்—புதிய
 வேதம் சமைத்துவிட்டான்!

நாட்டுக் கென்றே பிறந்தான்—விடுதலை
 நாட்டிக் கொண்டே பிறந்தான்!
நாட்டுக் கடல்களுக்கு—விடுதலை
 நாட்டக் கரைந்து விட்டான்!

மன்னவன் சாம்பலிலே—ஒருதுளி
 என்னுடன் சேராதோ—அவன்
தன்மை படியாதோ—எனக்கோர்
 தைரியம் தோன்றாதோ?

வரம் வேண்டும்

தனியே எனக்கோர் இடம்வேண்டும்—தலை
 சாயும் மட்டும்நான் அழவேண்டும்
வானகம் போய்வர வழிவேண்டும்—எங்கள்
 மன்னனை நான்பார்த்து வரவேண்டும்!

தாயே எனக்கொரு வரம்வேண்டும்—என்
 தலைவனை மீண்டும் தரவேண்டும்
தமிழே எனக்கொரு மொழிவேண்டும்—அவன்
 தன்மையைச் சொல்லிநான் தொழவேண்டும்!

இருப்பேன் பலநாள் என்றானே—எம்மை
 ஏய்த்தது போல்இன்று சென்றானே—அவன்
சிரிக்கும் அழகைப் பார்ப்பதற்கே—அந்தத்
 தேவன் அருகினில் அழைத்தானே!

பறக்கும் பறவைக் கூட்டங்களே—எங்கள்
 பண்டித நேருவைக் காண்பீரோ—இங்கு
துடிக்கும் கோடி உள்ளங்களை—அந்தத்
 தூயவனிடம் கொண்டு சேர்ப்பீரோ—அம்மா
 (தனியே)

கமலப்பூவே!

பண்டித ஜவாகர் என்னும்
பண்புசால் வெண் புறாவே!
மண்டலம் காவல் கொண்ட
மன்னனே! உன்னை யோர்நாள்
கண்டது முதலே நின்பாற்
கலந்தவன் எழுது கின்றேன்!
உன்னிடம் உயிரை வைத்தே
உனக்கிதை எழுது கின்றேன்!

விருந்துகள் விழாக்கள் என்றும்
விடுதலைத் திருநாள் என்றும்
பறந்துநீ பார்த்த கூட்டம்
பலப்பல! ஆனால் ஐயா!
இறந்துநீ கிடந்த போது
எழில் முகம் காணவந்து
கரைந்ததோர் கூட்டம் தன்னைக்
காணநின் கண்கள் இல்லை!

மாதர்கள் அழுத கண்ணீர்
மழை எனப் பொழிந்ததையா
தூதர்கள் வடித்த கண்ணீர்(த்)
துளியெல்லாம் வெள்ளம் ஐயா!
பாதையில் உடலைப் பார்த்துப்
படைபோல நின்ற கூட்டம்
வேதனை யாலே நெஞ்சம்
வெடித்திட அழுத தையா!

தலைநகர் தெருவில் எங்கள்
தலைவன் நீ செல்லும் போது
தலையசைப் பாரைக் கண்டு
கையசைப் பாயே! இன்று
அலையெனத் திரண்ட கூட்டம்
அசைத்ததே கையை! ஐயா!
தலையையேன் மறைத்துக் கொண்டாய்
தவறென்ன செய்தோம் நாங்கள்?

சிரிக்கின்ற குழந்தை தன்னைச்
சேர்த்தணைப் பாயே! இன்று
அழுகின்ற குழந்தை தன்னை
அணைக்கஏன் மறந்தாய் ஐயா?
வெறுக்கின்ற வாறு நாங்கள்
வேதனை ஏது செய்தோம்?
எரிகின்ற தீக்கும் கூட
என்னதான் கொடுமை செய்தோம்?

ஆனந்த பவனம் இன்று
ஆனந்தம் இழந்த தையா!
தானந்த மாளிகைக் குள்
தலைநிமிர்ந் திருந்த நாளை
நானின்று நினைக்கும் போது
நரம்பெல்லாம் சோர்ந்த தையா!
தேன்நின்ற கமலப் பூவே
திரும்ப அந்நாள் வாராதோ?

நேரு காவியம்

காவிய மல்ல; கண்ணீர் ஓவியம்!
கப்பல் தலைவனின் ஒப்பிலா வாழ்வை(ப்)
பாவிய லாக்கும் பக்தனின் முயற்சி!

அவனோர் தெய்வம், அதற்குமே லவன்
சிறப்பினைக் கூறத் திறன்எனக் கில்லை!
அவனைப் பற்றி ஆயிரம் கவிதை
எழுதி எழுதிநான் எழுத்தைநே சித்தேன்!
இலக்கண வரம்போ இலக்கிய மரபோ
எதையும் பார்த்துநான் எழுதவே இல்லை!
தோன்றிய அனைத்தும் சொன்னேன்; மன்னவன்
ஊன்றிய நெஞ்சை உலகினில் விரித்தேன்!

மலடி பெற்ற மகனென உலகம்
மன்ன வனைத்தன் மகனாய்ப் பெற்றது!
ஆய்ந்தவிந் தடங்கிய அறிவின் ஊற்று
பாய்ந்தெதிர் வெல்லும் பகைவர் கூற்று

ஓய்வொ ழிவின்றி உருளும் சக்கரம்
காய்த்துக் கனிந்த கருணைக் கனிமரம்

வற்றா தோடும் வளப்பெரும் கங்கை
முற்றிய முடிபு; முதிர்ந்த தெளிவு
அன்பில் வணங்கும் அழகிய நாணல்;
நிமிர்ந்த புகழில் நிலைபெறும் வானம்
மதங்களுக் கெல்லாம் மதமவன் வாழ்வு!
மனப்போ ரழித்தோன்; மரணந் தவிர்த்தோன்
மலர்களில் ரோஜா; மலைகளில் இமயம்
அமைதிவா னத்தின் அருள்பொழி நிலவு;
நாற்பது கோடியும் நானென வைத்தோன்!

கூனற் குரங்குகள் குரலில் வீழா
ஞானத் தலைவன்; நாநயச் செல்வன்!
கொடும்புலி தனைத்தன் குளிர்ச்சியால் வென்றோன்
எவ்வ துறைவ துலகம், உலகோ(டு)
அவ்வ துறைவ தறி'வெனத் தேர்ந்தோன்;
ஆடவர் வியக்கும் ஆண்மைத் துணிவு
பெண்மை வியக்கும் பெண்மையின் குழைவு
பிள்ளை பழகும் கள்ளமில் உள்ளம்
'தனக்கென வாழாப் பிறர்க்குரி யாளன்'
பிறப்பில் இவன்போற் பிறந்தவர் இல்லை!
சிறப்பில் இவன்போற் சிறந்தவர் இல்லை!
இறப்பில் இவன்போல் இறந்தவர் இல்லை!

உலகம் கூடி ஒருகுரல் கூட்டி
அழுத கண்ணீரே ஆற்றுப் பெருக்கம்;
கடல்சூழ் உலகைப் படைசூ ழாமற்
காத்தவ னாதலின் கடலும் அழுதது!

மனிதத் தன்மையை மதமெனச் சமைத்தோன்
ஆதலின் மதங்கள் ஆற்றா தழுதன!
சின்னஞ் சிறியஎன் கவிதைச் சிறகும்
துடித்த தந்தத் தூயனை எண்ணி!

சாவிலும் வாழும் தலைவன் பெயரை
வாழ்வில் சாவோர் மறப்பதற் கில்லை!
விடுதலை வீரன் விடுதலை பெற்றான்
விடுதலை விழைவோர் வீழ்ந்தனர் தீயில்!
என்றோ ஒருநாள் இன்னொரு நேரு
பிறப்பான்! அதுநம் பிள்ளைகள் நாளில்
நடந்தால் இறைக்கு நன்றியைச் சொல்வோம்!

O

அழுத கண்ணீர் ஆறுமுன் னாலே
எழுத வார்த்தை இதற்குமே லில்லை!

நேரு மீண்டும் பிறந்தால்...

உள்ளத் திருக்கும் வெள்ளைக் கமலத்(து)
உயிர்கொண் டெழுந்த பயிரே! தமிழே!
கள்ளச் சிறுமை கவரா தென்னை(க்)
காத்தருள் செய்யும் மூத்தவ ளேவா!

O

பாலாற் றங்கரைப் பல்லவ நாட்டில்
மாலவன் குலத்து மகனாய்ப் பிறந்து
பாலொடும் தேசப் பற்றும் பக்தியும்
சேர்த்துக் குடித்த செந்தமிழ்ச் செல்வ!

நதியெனப் பகைவர் நடுவே புகுவோம்
நாட்டில் விடுதலை நாட்டிட நடப்போம்!

முதல்யார் வருவார் எனஒரு காந்தி
முழங்கிய போது உளங்கலங் காது
முதல்யார் இந்த முதலியார் என்றே
மூண்டெழுந் தின்றெமை ஆண்டருள் முதல்வ!
அவையிதில் அடக்கம் அமைந்தவன் வணக்கம்!

அவரோ,

தீயன நாடார்; சிறுமைகள் நாடார்!
வாய்வே தாந்தம் வஞ்சனை நாடார்!
போயொரு மனிதன் பொய்சொன் னாலும்
சொன்னதை நாடார்; சுகங்களும் நாடார்!
பொன்னையும் நாடார்; பொருளையும் நாடார்;
தன்னுயிர்க் கென்றொரு தத்துவம் நாடார்;
மண்பால் பிறந்த பண்பால் வளர்ந்த
பெண்பால் தெய்வம் பெற்றதோர் புகழாம்!
தன்பால் அழைத்த தலைவர்க்கும் வணக்கம்!

யானோ,

பந்தி முடிந்தபின் பசித்துவந் தவன்போல்
சந்தை முடிந்தபின் சரக்குவிற் கின்றேன்!
அரங்கம் முடிந்து ஆன்றோர் யாவரும்
இறங்கிய பின்யான் ஏறிநிற் கின்றேன்
தொடங்கி முடிந்த தூய்தமி ழவையில்
முடிந்தபின் தொடங்க முன்வந் துள்ளேன்!
இந்து மதமும் ஏசுவின் மதமும்
புத்த மதமும் பூமியி னுளபோல்
எனக்கோர் மதமும் என்னுள் உளது!

அந்த,

என்மதம் எதற்கும் சம்மதம் தருவது
சம்மதம் தந்தபின் தாமத மாவது
யானென் செய்வேன் யாரென் செய்வார்!
அன்னையின் கருவில் ஐயிரு திங்கள்யான்
இருந்த போதே வளர்ந்த குணமிது!

நேற்று,

அண்ணா மலையார் பல்கலைக் கழகம்
அழைத்தது என்னை அரங்கம் காக்க,
எண்ணா மலேயான் ஏற்றுக் கொண்டேன்
எதிர்பா ராமல் போயும் நின்றேன்!

வருவான் என்றும் வரவில் லைஎனத்
தருவான் தந்தி வருவான் எனவும்
மாணவர் உள்ளம் மயங்கிய போதே
சென்றேன் ஆங்கொரு சிறப்பினைக் கண்டேன்!
பல்லாண் டாகஅப் பல்கலைக் கழகம்
தேசியப் பகைவர் சேரக் கிடந்து
இரண்டாம் வள்ளுவன் ஏசு கிறிஸ்து
தென்னகக் காந்தி சேரன் பரம்பரை
வாழும் புலமாய் வகைபோய் நின்றது!

இன்று,

ஆற்றல் மாணவர் நூற்றுக்கு நூறும்
தேசியப் படையாய் சேரக் கண்டது!
அந்த மகிழ்வில் ஆழ்ந்து கிடந்தேன்!
வந்தபோ திங்கே மன்றம் முடிந்தது!

இங்கே,

ஆனந்த பவனத்து அரசிளங் குமரன்
தான்வந்த பெருமை சாற்றினர் பல்லோர்;
நானந்த வழியில் நாயகன் புகழைத்
தேனென்ற மொழியிற் சிலசொல வந்தேன்!

என்றோ எங்கோ எப்பொழு தோஓர்
அற்புத மனிதன் அவதரிக் கின்றான்
வாழும் நாளில் வாழ்த்தும் வசையும்
சூழக் கிடந்து துயில்கொள் கின்றான்!

அறுவடை யின்பின் அளக்கும் நெல்போல்
மாண்டபின் தானவன் மகிமை தோன்றும்!
விடிவது காலை முடிவது மாலை
விளக்கம் சொல்வது இரவின் வேலை!
செய்கடன் எண்ணிச் செய்து முடித்து
பொய்உடல் நீத்த பொன்முகத் தெய்வம்
பிறந்தபோ திங்கே விடிந்தது பொழுது;
இறந்தஅவ் வேளை முடிந்தது மாலை!
இன்றுஇவ் விரவு இனியவன் தனக்கு
நன்றிசொல் லாமல் நன்றிசொல் கின்றோம்!

எங்கள் தலைவா! இனிய கரும்பின்
சாறெமக் காக்கிச் சக்கையில் வாழ்ந்த
திங்களே! தெய்வத் திருவின் நிழலே!
தேவன் தோட்டத் திராட்சைக் கொடியெனப்
பாவம் நீக்கிப் பழியி லிருந்து
தேசம் காத்த தெளிநீர்ச் சுனையே!
இறைவன் பற்றித் தமிழன் பாடிய
எல்லாப் பாட்டும் உன்புகழ் பாடும்!
கண்ணிய மனிதன் காலடிச் சுவட்டில்
புண்ணியம் பெற்றது பூமி யென்பதை
என்றும் நினைவர்! எங்கள் நாயக!

ஆயிரம் கைகள் ஆதவன் நீட்டி
அணைத்தல் கண்டோம்; அவைஒரு மனிதன்
கைகள் ஆனதைக் கண்ணெதிர் கண்டோம்!
கையில் எடுத்தொரு கவளச் சோற்றினை
உண்ணும் பொழுதில் உன்முகம் தோன்றும்;
இந்த உணவைத் தந்த என்தாயே!
ஜனநா யகத்தில் சாவுக் கும்நீ
உரிமை தந்ததால் உன்னையே கேட்டது!
அவ்வா னகத்தே அடிப்படை உரிமை
விதிப்பதற் கென்றே புறப்பட்ட விளக்கே!
ஏழை இதயம் இன்றுதன் சிறகை
விரித்து நிமிர்ந்து விழுந்து கிடந்த
உடலைத் தூக்கி உரத்தினைத் தேக்கி
எழுந்ததென் றாலது நீயிட்ட பிச்சை!
பதறும் மானிடப் பறவைகள் பேசிக்
கதறும் மேடையின் கால்கள்நீ யன்றோ!
நச்சுக் காற்றில் நானில மக்கள்
சாவைத் தடுத்தநின் சாவையார் தடுத்தார்!

தொடங்கும் யாவையும் முடியும்; முடிந்து
தொடங்கும் என்பது தொல்விதி யாகின்
மீண்டும் பிறப்பைநீ மீண்டும் வருவை!
அப்படி மீண்டும்நீ அவதரித் தாயேல்,

ஐயா,

இப்பெருங் கவிஞன் ஏழைக் குடிசையில்
குத்து விளக்கும் குங்குமச் சிமிழும்
வைத்தி ருக்கின்ற மனையாள் வயிற்றில்
பிள்ளை யாகநீ பிறந்துவா ராயோ!

வந்தால்,

ஆனந்த பவனத் தன்று நீ கண்ட
அத்தனை செல்வம் இல்லையென் றாலும்என்
வெள்ளை மனத்தை விரித்துனை வைத்து
கள்ளமில் லாத கவிமலர் சூட்டி
உள்ளோர் அனைவர் உள்ளும் நிறைத்து,

'இவன் தந்தை,

'என்நோற் றான்கொ'லெனும் சொல்லுக்
கிலக்காய்
வாழும் புகழ்யான் வளர்ப்பேன்! மகனே,
இங்கே பார்உன் இளைய தம்பியை!
கலங்கிய கண்கள் கவலை சிந்தனை
அண்ணனும் சென்றான் அடுத்திருந் தான்ஒரு
தம்பி! அவனும் தவிக்கவிட் டானெனக்
கையிழந் திருக்கும் கண்ணனைப் பாராய்!
அவனை எண்ணிஎன் அன்பே மீண்டும்
அவதரித் தெம்மை ஆட்கொள் தாயே!

(15–11–64–இல் சத்தியமூர்த்தி பவனில் நடைபெற்ற நேருஜி பிறந்தநாள் விழாக் கவியரங்கம்.)

நேரு நினைவு நாள்

தந்தைக்கோர் மந்திரத்தைச் சாற்றிப் பொருள்
                                    விரித்து
முந்துதமிழில் முருகென்று பேர் படைத்து
அந்தத்தில் ஆதி, ஆதியிலே அந்தமென
வந்தவடி வேலை வணங்குவதே என்வேலை!

O

நாடும் மொழியும் நாம்பெற்ற கண்களெனக்
கூடுஞ் சபையிற் குன்றத்து விளக்காகிப்
பாடும்பொழு தெல்லாம் பால்வார்க்கும் செந்தமிழே!
ஏடுதிறந் தேன்யான்! எழுந்து வெளிநடந்து
ஆடு! தமிழே! என்அன்னாய்! திருவணக்கம்!

O

மனத்திலே தென்றல்வர வாக்கிலே அருவிவர
குணத்திலே குளிர்ச்சிவரக் கூடிவரும்
                            தொண்டர்களை
அணைத்து நடத்திவரும் அன்புப் பெருங்கவிஞ!
அவைத்தலைமை ஏற்றுவந்த ஐயா! திருவணக்கம்!

இன்று தலைவன் இறந்துபோய் ஓராண்டு
சென்று மறைந்ததனைச் சிந்திக்கக் கூடியுள்ளோம்
நன்று! மரணம் நாடகத்தில் ஓரங்கம்
என்று மறந்தாலும் இதயத்தே அத்தலைவன்

நின்று சிரிப்பதனை நினைவும் மறக்கவில்லை!
இன்று தலைவன் ஏற்றிவைத்த கொள்கைகளை
மன்றத்தே சொன்னால் மரணம்பொய் யாகிவிடும்!
அமைதி! உயிர்களுக்குள் அன்பு! இனங்களிலே
சமதர்மம்! நடுநிலைமை! சத்தியத்தில் பற்றுவைத்தல்!
மதங்களுக்குள் ஓர்மை! மனிதர்க்குள் தெய்வநிலை!
புதுநோக்கு! புதுப்பாதை! பூமலர்ந்தாற் போல்மலரும்
மறுமலர்ச்சி! மக்கள் மக்களையே ஆளுகின்ற
அருளாட்சி! என்ற அனைத்தும் பொருளாக்கி
மேகமென நின்றார்க்கு வேறென்ன உயிர்வேண்டும்!
சாவு உடலுக்கே! தத்துவத்திற் கில்லையன்றோ!
காவல் தலைவன் கற்றுவந்த வித்தையிலே
சாவும்பொய் யானதற்குச் சரித்திரமே சாட்சிசொலும்!

பாரதத்து மக்கள் பலகோடி! அவர்களுக்குள்
வேற்றுமையும் கோடி வேதனையும் பலகோடி!
ஜனநாயகம் என்ற சந்தையிலே அவர்கூடித்
தலைக்கொன்று பாடித் தடம்புரண்டு விளையாடி
எதற்கிந்த உரிமையென எண்ணாமல் உருண்டோடி
தன்கையைத் தன்வாயால் தாக்கிச் சதையெடுத்து
மானின் கறியென்று வாயிற்சுவை சேர்க்கும்
நேரத்தில் ஜவாகர்லால் நேரு பிரிந்து விட்டான்
பாரத்தை நண்பருக்குப் பட்டமாய் வைத்துவிட்டான்
சுமக்கக் கடவியவர் சுமக்கத்தான் வேண்டும்—இதைச்
சுமந்து கரைசேர்க்கத் தூயவரால் தான்முடியும்!

நனைத்துக் கொடுத்தாலும் நாம்சுமப்போம்; இச்சுமையில்
நமக்குமொரு பங்குண்டு! நாமென்ன மன்னர்களா?
ஆலை அரசர்களா? ஆடாத மேனியரா?

வேலை பெரிது! வேகம் மிகக்குறைவு!
சோலை இளங்காற்றைச் சுவைப்பதற்கு நேரமில்லை
நாளைப் பொழுது நமக்கோர் பெருங்கேள்வி!
கேள்விக்குப் பதில்சொல்லக் கிழவிகளால் முடியாது!

நாற்காலி தேடி நாய்போல் அலைபவர்க்கு
வேர்க்கேள்வி கிளைக்கேள்வி விளக்கம் புரியாது!
முதலாளித்துவச் சுமையை முதுகேற்றி நிற்பவர்க்கு
ஜனநாயகத்தின் தனிப்பெருமை விளங்காது!
பணக்காரன் கால்களுக்குப் பன்னீர் தெளிப்பவர்க்கு
மணக்காது சமதர்மம்! மக்கள்நிலை தெரியாது!
தனியார் தொழிலால்தான் சமதர்மம் வளருமென்றால்
தலையிலே ஏதோ தகராறு என்றுபொருள்!
மன்னர் வளர்ச்சியிலே மக்கள்நிலை ஏறுமென்றால்
ஜன்னியிலே வந்த சளிப்பேச்சு என்றுபொருள்!
கத்தரியில் வெண்டைக்காய் காத்துக் குலுங்குமென்றால்
தத்துவத்தில் ஏதோ தகராறு என்றுபொருள்!
சிங்கந்தான் மான்குலத்தைச் சீராட்டி வளர்க்குமென்றால்
அங்கத்தில் ஏதோ அடிவிழுந்த தென்றுபொருள்!
பணமிருக்கும் மாளிகையில் மனமிருக்க மார்க்கமில்லை!
பணக்காரன் கைத்தடிகள் பாடுபட்டுப் பார்த்தாலும்

கனவான்கள் மண்டபத்தில் காவலுக்கு நின்றாலும்
வாசலிலே 'ஜாக்கிரதை' என்றெழுதி வைத்தாலும்
பிச்சைப் பொருளுக்கும் பிடியரிசிச் சோற்றுக்கும்
இச்சையுற்றுத் தங்கள் இதயத்தை விற்றாலும்,
வாலிபரைத் தூண்டி வட்டத்தை அள்ளிவிட்டு
தீப்பந்தந் தந்து சிதைமுட்டிப் பார்த்தாலும்,
நாட்டில் கலவரத்தை நாட்டிஅதில் தங்கள்கொடி
நாட்ட முயன்றாலும், நாக்கிலே நீர்பெருகக்
கோட்டையே பார்த்திருக்கும் கோலத்தில் கட்டிவந்த
வேட்டியையே மறந்தாலும், வெட்டவெளிப் பொட்டலிலே
கூட்டத்தைக் கூட்டிக் கும்மிருட்டில் போர்முழங்கி
ஆர்ப்பரித்த போதும் அன்னைத் திருநாட்டில்
வேர்ப்பிடித்த தத்துவத்தை வீழ்த்தஒரு சக்தியில்லை!

எங்கள் தலைவன் ஏந்தும்மணிக் கொடிக்குத்
'தங்கள் உயிர்'களையே தருவார்கள்வீர ரிங்கே!
நாடுபெற்ற எங்கள் விருதுநகர் நாயகர்க்கு
ஈடுசொல்ல இங்கே இன்னொருவர் தோன்றவில்லை!

பட்டப் படிப்பும் பாரதமும் கீதைகளும்
சட்டத் திமிரும் தவக்கோல முத்திரையும்
ஞானக் கிறுக்கும் நானென்னும் ஆணவமும்
கயவர் மனம்போன்ற கறுப்புக்கண் ணாடிகளும்
'தாங்கள் உயர்'வென்று தலைதூக்கி நின்றாலும்
நானைத் தலைவன் தாளுக்கும் சிறியவரே!

தத்துவத்தால் எங்கள் தலைவன் உயர்ந்துவிட்டான்!
கத்துவதால் அந்த கங்கை அழிவதில்லை!
முத்தமிழர் செல்வன் முன்னைப் பெருங்குடியில்
தத்தித் தவழ்ந்தெங்கள் தாயகத்தைக் காக்கவந்தான்
பண்டிருந்த ஞானத்தில் பார்புரக்க வந்தமகன்!
பெண்டிர்போல் ஆண்மக்கட் பேடிகளால் வீழ்வதில்லை!
பத்திரிகைப் பட்டாளம் படையெடுத்துப் பார்த்தாலும்
கத்தரிக்கோல் போட்டுக் கனிமொழியை மறைத்தாலும்
வெற்றுத் தலைகளுக்கே விளம்பரங்கள் தந்தாலும்
வேலையற்றோர் செய்திகளைக் காலையிலே விரித்தாலும்
குன்றம்சரி வதில்லை! கோபுரங்கள் சாய்வதில்லை!
பரிவாரம் பலகூட்டிப் பரிவோடு புகழ்பாடிக்
கடிவாளம் போட்டாலும் கழுதை குதிரையில்லை!
கள்ளிச் செடிகளையே காக்கைகள் புகழ்ந்தாலும்
முல்லைக் கொடியின் முறுவல் மறைவதில்லை!
கேழ்வரகில் நெய்யென்றால் கேட்பவருக்கா புத்தியில்லை!

தேன்குடத்தை நஞ்சென்றால் தெரியாதா சுவைப்பவர்க்கு!
நல்லவர்கள் வேறு; நலங்காக்கும் அரசியலில்
வல்லவர்கள் வேறு; வடிவோடுபட மெழுதும்
ஓவியனைப் போர்க்களத்தில் உருட்டிவிட்டால் என்னாகும்?
ஏவியவன் மூடன் ஏற்றவனும் மூடனெனத்
தானாகும் அன்றித் தலைவனென ஆவதில்லை!
மூடர் பலகூடி முன்னேற்றப் பாப்பாடி
ஆடுவது தங்களுக்கு; அரசியலுக்காக வல்ல!

தன்னை அறியாமல் சம்பந்தம் வைத்திருந்தால்
முன்னேற்றம் 'லீக்காகும்!' முரசும் கிழிந்துபடும்!
இதந்தெரியாப் பாதையிலே இனந்தவறிப்
                              போய்விழுந்தால்
சுதந்தரத்தில் முன்னேற்றம் தூங்கி விழுந்துவிடும்!
எல்லாம் நடக்கும்! இவ்வாக்குப் பொய்ப்பதில்லை!
உள்ளத்தில் யானென்றும் உண்மை மறைத்ததில்லை!

ஆகத் தமிழ்க்குலத்தீர்! அருகருகே வாருங்கள்!
சாகத்துணிந் தார்க்குச் சமுத்திரம் சமுத்திரமே!
போகும் தலைவன் பொன்னான கொள்கைகளை
சித்தத்தால் நாட்டுவோம்! சீறும்பணக் காரன்
இரத்தத்தால் நாட்டுவோம்! ரகசியத்தில் சொல்வதென்ன
"எல்லாருக்கும் எல்லாமும் கிடைக்க வேண்டும்!
இல்லையெனில் இந்நாடு அழிய வேண்டும்
வல்லவனை வாழ்விக்க வந்தோ மில்லை
வளமான சுதந்தரத்தைத் தந்தோ மில்லை."

நேருமேல் ஆணை! எங்கள் நெஞ்சுக்கு நீதிபங்கம்
நேருமேல் அந்த நீசர்களைத் துண்டாக்கி
ஏறி, மேல்ஏறி எக்களிப்போம்! என்றவர்க்கும்
கூறுவோம்! சமதர்மக் கொடியைப் பறக்கவைப்போம்!
கவிமழலை கேட்டீர்! களங்கம்பொறுத் தருள்க!
புவிவாழ்க! எங்கள் பொன்னானதமிழ் வாழ்க!

(28-5-65இல் தேனாம்பேட்டை காங்கிரஸ் மைதானத்தில் நடைபெற்ற நேரு நினைவு நாள் கவியரங்கில் திரு. ரா. கிருஷ்ணசாமி நாயுடு தலைமையில் பாடியது.)

ஆத்ம வேதனை

தோழீ,

காதலர்ப் பிரிந்த காதலங் கிளியாள்
கண்ணுறங் காவிடில் காமம் எனப்படும்;
தாதையைப் பிரிந்த தாமரை மொக்குகள்;
பள்ளி கொள்ளாவிடில் பாசம் எனப்படும்
வாணிகர்க் குறக்கம் வாரா திருந்தால்
கடன்படு துயருக் குடன்படு பொருளே!
மன்னவர் உறக்கம் மறந்திருந் தாரேல்
துன்னவர் போரைத் தொடர்ந்தார் எனப்பொருள்
உறங்கா திருக்கும் ஒவ்வோர் உயிரும்
தன்வரை துயரில் தவித்தல் மரபு!
ஆனால், தோழீ!
நேரு நம்மண்ணை நீங்கிடக் கேட்டு
ஊரும் உலகம் உறங்கா திருந்தன!
செவ்வேள் கொற்றம் சிதைந்த நாளிருந்து
உயிர்வா ழினங்கள் உறக்கம் நீங்கின!
வேர்க்கண் ஊற்றிய வெந்நீர் போல
ஊர்க்கண் ணீரில் உயிர்கள் வாடின!
ஜனநா யகம்தன் தரத்தை இழந்தது
சமத்துவ வழியில் தடைக்கல் வீழ்ந்தது!
வெண்புறாச் சிறகு விரிந்தடங் கிற்று
கண்ணிலாச் சிறுவர் கரங்கள் ஓங்கின
கட்டியிருந்த கயிற றுந்தாற் போல்
ஒட்டி யிருந்த உறவுகள் தளர்ந்தன!
அந்நியர் கைகள் ஆதிக்கம் பெற்றன!

அடிமை நினைவிலோர் புதுமை மலர்ந்தது!
கோபுர மிடிந்த கோயில் போல
பாரத தேசம் பாழ்பட நேர்ந்தது!
வீட்டை நினையா விடபுருஷர்போல்
நாட்டை மதியா நாணிலார் பெருகினர்!
எவ்வழி தலைவன் அவ்வழி நாடென(ச்)
செல்வழி யறிந்து சென்ற இம்மக்கள்
தம்வழி யெல்லாம் தனிவழி யாகத்
தாயக வழியைத் தாமும் மறந்து
பிறர்க்கும் உரைக்கும் பேதைய ராயினர்!
கோடை காலத்தே கொதிக்கும் வெயிலும்
வசந்த காலத்தே வளருந் தென்றலும்
பருவம் மாறின! பரம்பொருள் எங்கள்
மண்ணில் வைத்த பார்வையை மீண்டும்
கண்ணில் எடுத்துக் காட்டி மறைந்தனன்!
இருபதாண் டுகளில் இருந்த சுதந்தரம்
வருமாண் டுகளில் யார்வாய்ப் படுமோ?
இறைவன் இறந்தால் என்ன நடக்குமோ?
இயங்கும் உலகம் எந்நிலை யுறுமோ?
அந்நிலை யாவும் அண்ணலாம் எங்கள்
ஜவாகர் மறைவில் தரணியில் நடந்தன!
எந்தை காந்திதன் இளைய செல்வனை
அழைத்த நாளிருந்து அவலம் அவலம்;
நேருவை மறந்தோம் நிம்மதி யிழந்தோம்!
நேருவே! உந்தன் நிழலாய் எழுந்த
கர்ம வீரனின் காலடி தொடர்வோம்
வானி லிருந்து வாழ்த்தும் எந்தாயே!
மறுபடி எம்மை வாழவைப் பாயே!

மறையா ஒளி

எண்ணத்தே எரியும் தீபம்
இறப்பிலாத் தருமம் என்னும்
கிண்ணத்தே வைத்த செந்தேன்;
கீழ்வட மேற்கு தெற்கு
மண்ணெலாம் வணங்கும் தெய்வம்
மனிதருள் கதிரோன்! எங்கள்
கண்ணிலே நிறைந்து நின்று
காற்றிலே கலந்த நேரு!

நினைஅவன் பிறப்பை நெஞ்சே!
நினைஅவன் வளர்ப்பை நெஞ்சே!
நினைஅவன் சிறப்பை நெஞ்சே!
நினைஅவன் இறப்பை நெஞ்சே!
தனைஅவன் கருதி னானா?
தாயகம் கருதி னானா?
தனைஅவன் கருதாத தாலே
தாய்அவன் வடிவ மானாள்!

தாழ்ந்தவர் உயர்ந்தோ ரென்னும்
தரமிலா வாழ்வைச் சாய்த்து
வாழ்பவர் இனத்தைக் காண
வாழ்ந்தவன் மறைந்தான்! ஆனால்
ஆழ்ந்ததோர் கருத்தைச் சொன்ன
அவன்குரல் ஒலியி னாலே
வீழ்ந்தவர் எழுந்து நின்றார்
வேந்தனை வாழ்த்து கின்றார்!

3
கவியரங்கம்

பஞ்சபதிகம்

கவிஞன் கண்ட கவிஞன்

திங்களொடும் பரிதியொடும் பறந்து வந்த
செந்தமிழை இலக்கியத்தை இலக்கணத்தைக்
கண்களெனக் கொண்டதமிழ்க் கவிதை மன்னா;
காவியத்தில் நாடகத்தில் மூத்த தந்தாய்!
பெண்ணடிமை தீர்த்துவைத்த பெற்றி கண்டோய்!
பேசவரும் பேச்செல்லாம் கவிதை யாகி
விண்ணதிர ஒலியெழுப்பும் குயிலே! நெஞ்சில்
விளக்கேற்றி வைத்தஉனை வணங்கு கின்றேன்!

ஏடெடுத்துக் கவியெழுத நினைக்கும் போதில்
என்னெதிரே நின்னுருவம் ஏறு போன்று
'பாடுதமிழ்' என்றுரைக்கக் கேட்பேன்! அந்தப்
பக்தியிலே பன்னூறு கவிதை யாப்பேன்!
கூடலிறைப் பாண்டியன்போல் நிமிர்ந்து நிற்கும்
குலத்தலைவா! யான்கற்ற கல்வி கொஞ்சம்;
நாடெனையும் நோக்கும்வகை நான் வளர்ந்தேன்
யாவுமுனைக் கற்றதனால், பெற்ற பேறு!

சிறுகுழந்தை கடித்ததெனில் கோபம் கொள்ளாச்
சிறப்பான தாயுள்ளம் படைத்த தந்தாய்!
இருபதுடன் பதிநான்கு வயது சென்றும்
இயல்பினில் யான் குழந்தையென அறிவாயன்றோ!
இருள்சூழ்ந்த உலகில்யான் வாழ்ந்த காலை
என்பெரும! நின்கையைக் கடித்து விட்டேன்
பொறுத்தருள்வாய்! யானறிவேன் என்ற போதும்
பொறுக்காத நெஞ்சத்தால் புலம்பு கின்றேன்!

நான்பாட நினைத்ததெலாம் இதுதான்: 'அன்னை
நலங்காக்கக் கவிபாடும் உனை வணங்கித்
தேன்பாய்நின் செழுங்கவிதை மரபில் என்னைச்
சேர்த்துக்கொள்' எனக்கேட்க, வேண்டி வந்தேன்;
ஊன்பாய்ந்து, உயிர்பாய்ந்து, மணக்கும் உந்தன்
உயர் கவிதை கண்டதனால் கவிஞனாகி
'நான்கண்ட கவிஞ'னெனப் பாட வந்தேன்
நாயகனே! நீ வாழ்ந்தால் தமிழும் வாழும்.

(15–9–61 இல் சென்னையில் நடைபெற்ற தமிழ்த் தேசியக் கட்சியின் முதன் மாநாட்டில் பாரதிதாசன் தலைமையில் பாடியது.)

வானம்: நிலவு!

சிங்கங்கள் தோன்றிய வங்க தேசத்து
திருமகன் தாகூர் திருவிழாக் காண
ஒன்று கூடிய உயர்குடி மக்காள்!
ஆசியாக் கண்டத்து அரும்பெரும் கவிஞர்காள்!
மன்றில் குவிந்துள்ள நண்பர்கள் வாழ்க!

கவிஞன் பிறந்தபின் கவிதை பிறக்கும்;
கவிஞன் மறையினும் கவிதை உலாவும்;

மறைந்தும் மறையா மாபெரும் புகழை
அடையும் கவிஞர் ஆயிரத் தொருவரே!

ஆயிரத் தொன்றும் அதிகமென் பதால்
கோடிக் கொருவராய்த் தோன்றும் கவிஞர்
குழாத்திடைத் தாகூர் குறையா மணமலர்!

அம்மலர்த் திருவின் அடியிணைக் கென்றே
கைமலர் கொண்டு கவிசெய்ய வந்தோம்!

குணமே கவிதைக் குணமாய் விளைந்து
குலமே கவிதைக் குலமாய் வளர்ந்து
இனமே கவிதை இனமாய் மலர்ந்து
இப்புவி முற்றும் ஒன்றாய் இணைத்தோம்!

வங்கக் குயில்இவ் வங்க மல்லாது
வாழுங் கவிஞர் வாழும் திசைக்கெலாம்
சொந்தக் கவிஞராய்த் தோன்றினார் உண்மை!

இமயம் தொடங்கிக் குமரி வரைக்கும்
இணைந்த பாரத கண்டம் முழுதிலும்
இரண்டு குயில்கள் இயற்கையாய்த் தோன்றின!
வடக்கே தாகூர்; தெற்கே பாரதி!
தாகூர் கதிரோன், பாரதி நிலவு!
வங்கமும் தமிழும் ஒன்றுக் கொன்று
வளர்த்த உறவுகள் ஆயிரம் ஆயிரம்!

தாகூர் தாயகத் தாய்மார் பண்பும்
பாரதி தாயகப் பாவையார் பண்பும்
ஒன்றே என்பதை உலகே யறியும்!

அச்சம் நாணம் அடங்கிய பண்பு
ஆடை அணிமணி அன்னையின் அன்பு
தாயகப் பற்று தாய்மொழிப் பற்று
தன்னை மணந்தவன் தன்பாற் பற்று
கணக்கி லெடுத்தால் வங்கமும் தமிழும்
கண்கள் போன்றன ஒன்றுக் கொன்று

தென்புல மக்கள் திருமுகத் தோற்றமும்
சிங்க வங்காளச் செல்வர்கள் தோற்றமும்
பாலிற் கலந்த பால்போல் தோன்றும்!
திருமண முறையும் இருவருக் கொன்றே!
திறந்த வாசல் விருந்தினர் அழைப்பு

வருவிருந் தோம்பி வாயுற வாழ்த்தும்
அரும்பெரும் உள்ளம் ஆயவை எல்லாம்
தமிழும் வங்கமும் ஒன்றெனச் சாற்றும்!
வங்கக் கவிஞன் எங்கள் கவிஞனே!
எங்கள் கவிஞனும் வங்கக் கவிஞனே!
முதலைத் தொடர்ந்து, முடிவு வந்தாலும்,
முடிவைத் தொடர்ந்து முதலொன்று தோன்றும்!
தோன்றிய அனைத்துளும் சுடராய் நிற்பது
பரம்பரைப் பண்பும் தாயகப் பற்றும்;
பற்றில் வளர்ந்த பாவலன் வாழ்க!
சுற்றங் காத்த தூயவன் வாழ்க!
வங்க தேசிய மன்னவன் வாழ்க!
ஒன்றே வானம்! ஒன்றே நிலவு!
ஒவ்வொரு மொழிக்கும் ஒவ்வொரு நாடு
உலகம் யாவும் மானிடர் வீடு!
உரிமை காப்போம் உறவையுங் காப்போம்!
ஒன்றாய் இணைந்து என்றும் வாழ்வோம்!
தாகூர் பெயரால் சபத மெடுப்போம்;
சமத்துவம் காக்கும் உலகினைச் சமைப்போம்!
வாழிய கவிஞர்! வாழிய வங்கம்!
வாழிய தாகூர்க் காவியச் சிங்கம்!

(1961ஆம் ஆண்டு நவம்பரில் கல்கத்தாவில் நடைபெற்ற 'தாகூர் விழா' கவியரங்கில் பங்கேற்றுப் பாடியது. இதை, திரு. அகிலன் அவர்கள் ஆங்கிலத்தில் மொழி பெயர்த்தார்.)

வெற்றி முரசு

தேவருக்கும் மூத்தவளே!
    செங்கதிருக் கடுத்தவளே!
தெண்ணிலவுக் கிளையவளே!
    திருவளர்த்த பூமகளே!
தென்றலொடும் பிறந்தவளே!
    தென்மதுரை யடைந்தவளே!
அகரமெனும் குடிசையிலே
    ஆரம்ப மானவளே!
ஆரியர்தம் வாய்மொழிக்கும்
    அடைமொழியாய் நின்றவளே!
காலமெனும் காட்டாற்றில்
    கரையேறி வந்தவளே!
காவியப்பூங் காவினிலே
    ஓவியமாய் வளர்ந்தவளே!
தொல்காப்பி யன்மனதில்
    தொட்டில் கட்டிக்கொண்டவளே!
பால்காப்பி யங்களிலும்
    பருவமகள் ஆனவளே!
உயிரெழுத்தை மாலையிட்டு
    மெய்யெழுத்திற் புகுந்தவளே!
வல்லினத்தில் உரமேற்றி
    வாள்கொடுத்த தண்மகளே!
மெல்லினத்து மெல்லியர்க்கு
    மெருகேற்றும் மென்மொழியே!

இடையினமாய் நிற்பவர்க்கும்
    இன்முகத்தால் அருள்கொடுத்துப்
படையினமாய் ஆக்கிவைக்கும்
    பைந்தமிழே! ஒருகவிஞன்

தாயார் மடியிலிருந்து
    தங்கமணிக் கையெடுத்துத்
தனப்பால் குடிக்கையிலே
    தன்பாலும் கொடுத்தவளே!
மனப்பால் குடித்தஅவன்
    குடித்தவற்றை வடித்துவைக்கும்
நினைப்பால் எழுதுகிறான்;
    நீஇதனைக் கவிதையென
அணைப்பாயேல் உயிர்பெறுவான்
    அம்மா! நின் தாள்வணக்கம்!

O

காந்திவழி வந்தவரே!
    கடமைவழி நின்றவரே!
சாந்தமகன் எழுதுவித்த
    சரித்திரத்தில் உள்ளவரே!
பூந்தமிழர் குடித்தோன்றிப்
    பொறுமை அரசேற்றவரே!
ஆன்றவிந்த பெருமகனே!
    அமைச்சரே! என்வணக்கம்!

பத்துக் கவியரசர்
    பாடவந்த மண்டபத்தில்
சிற்றரசர் போலவந்த
    தேசத்தீர் என்வணக்கம்!

ஏடாளும் மன்னவரே!
எழுத்தாளும் தென்னவரே
நாடாளும் அமைச்சர்களை
நாமாளும் நாளிதுதான்!
கூடாகிப் போனாலும்
குடிசையிலே வாழ்ந்தாலும்
ஓடேந்தி ஏந்தி
ஊரெங்கும் இரந்தாலும்
பாடுகிற கவிஞனுக்குப்
பதவி பெரும்பதவி!

பாரதிரப் பரங்கியரின்
வேரதிர விண்ணதிர
ஊரதிர உறங்கிவிட்ட
ஊன்பொதிகள் விழித்துவர
நீருதிரும் மேகமென
நின்றகவி நாயகனே!
பாரதத்தை எழுப்பிவிட்டுப்
பூரதத்தில் உறங்கிவிட்ட
பாரதியே! உனக்கிளையோன்
பாடுகிறேன்; கேட்டருள்க!

எங்கோ திரிந்தேன்!
எப்படியோ வாழ்ந்திருந்தேன்!
தங்காத மண்டபத்தில்
தங்கிஎன்னை நானிழந்தேன்!

தேராத தத்துவத்தைத்
    தேரேற்றி அலைந்திருந்தேன்!
சேராத இடஞ்சேர்ந்து
    திசைமறந்து போயிருந்தேன்
வாராது போலவந்து
    வாய்த்த தமிழ்ப்பாடல்களைக்
கேளாத செவிகளின்முன்
    கிண்ணென்று பாடிவந்தேன்!
"சீராளா! நீவிரும்பும்
    தேசம்இது அல்லவடா
பூரான்கள் என்றும்
    புலியாவ தில்லையடா
வாராய் என்பின்னால்
    வழியுரைப்பேன்" எனவுரைத்து
ஈரோட்டுத் தோழன்
    எனைஇங்கே கூட்டிவந்தான்!

வந்தவுடன் பார்த்தேன்
    வானளவு நான்விரித்தேன்
சிறுகூடு விட்டுவந்து
    சிறகைவிரித் தாட்டுகின்ற
பறவையென நான்பறந்தேன்
    பழங்கதையை மறந்துவிட்டேன்!
இவ்வுலகம் மிகப்பெரிது!
    எவ்வளவோ மக்களினம்!
அவ்வளவும் தோழமையாய்!
    ஆக்குவதே கவிதைமனம்!

உலகினிலே நாடுபல
நாட்டினிலே ஊர்கள்பல
ஊர்களிலே மனிதர்பலர்
உளமுடையோர் சிற்சிலரே!
உளமுடைய மாந்தரிலும்
உரமுடையோர் மிகச்சிலரே!
உள்ளமும் உயிர்யாவும்
ஒருவழியே தேக்கிவைத்துக்
கள்ளமின்றி வாழ்பவனே
கடவுளினும் பெரியவனாம்!
அன்னவனே நாட்டை
ஆளத் தகுந்தவனாம்!

அவ்வழியே பார்த்தால்
அளப்பரிய பாரதத்தில்
எள்ளளவும் கள்ளமிலான்
எடுத்தசெயல் முடித்துவைப்பான்
பிள்ளைக் குணமுடையான்
பெட்புடையான் ஒருவனெனப்
பின்னாளில் நானறிந்தேன்;
பெரிதும்அவன் நினைவானேன்!

அன்னவன் யார்வேறு? மொழி
அழகு மகன்நேரு! எனச்
சொன்னாலும் வாய் மணக்கும்
சொல்லுகின்ற மொழி மணக்கும்!

வேறுபக்தி கொண்டிருந்த
 வெள்ளைக் கவிதைமனம்
நேருபக்தி கொண்டதற்கு
 நேரான காரணமென்?
தனக்கெனவே ஏதுமில்லாத்
 தலைவனவன் என்பதனால்!

நானறிந்த தலைவரெல்லாம்
 நாவதிரப் பேசிடினும்
நாட்டைவிட வீட்டினையே
 நாள்முழுதும் காத்திருந்தார்!

பாரதத்து மாதாதன்
 பாவந் தொலைவதற்குப்
பாரதியைத் தெற்கினிலும்
 பண்டிதரை வடக்கினிலும்
தூதுவிட்டுப் போனாள்!
 தூயமகள் நலமடைந்தாள்!

கைக்கருவி ஏந்திக்
 களந்தேடி அலைந்தவரைப்
பொய்க்கருவி விட்டுப்
 பொருட்கருவி ஏந்தவைத்த
மெய்த்தலைவன் நேரு!
 வியத்தகுமோர் தேவமகன்!
இந்நாளைச் சீனன்
 எதற்கும் பணிவதில்லை
பொன்னாடன் நேருமகன்
 புன்னகையில் வீழ்ந்துபட்டான்!

நாட்டுச் சபைகளிலே
    நாலுநாள் வாதம்வரும்
பாட்டுமகன் நேரெழுந்து
    பார்த்தவுடன் நின்றுவிடும்!

எங்கே தருமத்தின்
    இனக்குலைவு நேர்ந்திடுமோ
அங்கே இருவிழிகள்
    அறமகளைக் காத்திருக்கும்!
எங்கே மனிதகுலம்
    இடுக்கண்ணில் வீழ்ந்திடுமோ
அங்கே இருகரங்கள்
    அவருயிரை அணைத்திருக்கும்!

எங்கேதன் போர்முரசை
    எந்நாடு முழக்கிடுமோ
அங்கே இருகால்கள்
    அதையடக்க நடந்துவரும்!

பொங்கிவரும் ஆத்திரத்தில்
    பூமிஅழி யாதிருக்கத்
தங்கமகன் பண்டிதரைத்
    தாயொருத்தி தந்துவைத்தாள்!
காக்கக் கடவியவன்
    கடன்பட்ட பேரிறைவன்
தூக்கத்தில் ஆழ்ந்ததினால்
    தூயவனைக் காவல்வைத்தாள்!

அன்றே,

போதிமரப் புத்தன்
போய்விட்டான் என்றிருந்தோம்;
பாதிவழி போனஅவன்
பண்டிதராய்த் திரும்பிவந்தான்!

ஆதிமகன் ஏசுபிரான்
அடங்கிவிட்டான் என்றிருந்தோம்;
தாவியவன் பாரதத்தில்
ஜவாகர்லால் ஆகவந்தான்!

விளக்கிருக்கும் இடமனைத்தும்
வெளிச்சம்வரும் என்றாலும்
விளக்கின்கீழே இருட்டு
வீடுகட்டி வாழ்ந்திருக்கும்!

அத்தன்மை போல்
அகிலமெல்லாம் பண்டிதரைப்
போற்றிப் புகழ்ந்துவரும்
பொன்னாளில் நம்மிடையே
கூன்விழுந்த ஞானியர்கள்
குறைகண்டு ஏசுகிறார்!

ஏசுவார் தம்மிடையே
ஏசுஎனப் பேர்படைத்தே
ஏசுமகன் வாழ்ந்ததுபோல்
பாசமகன் வாழுகிறான்!

அரிசியிலே கல்லிருக்கும்
    அறிவோம்நாம்; அக்கல்லால்
அரிசியையே தள்ளிவிட
    அணுவளவும் சம்மதியோம்!
ஜனநாயகப் பரிசைத்
    தந்துவைத்த பண்டிதனே
சமர்தனிலே வெற்றியையும்
    தருவான் கவலைவிடு!
நேருக்கு நேரெனவே
    நிற்பதற்கிங் காருமில்லை!
போர்கள் பலமுடித்த
    புலியென் றெவருமில்லை!
வீரத் தலைமகனின்
    விரலசைவில் உலகசையும்
வெற்றி முரசொலிப்பான்
    வியன்தேவி பாரதத்தாய்!
சீனத் தருக்கர்
    சிரந்தாழ்த்தி வணங்குமட்டும்
மானத் தலைவன்
    மதியுறக்கம் கொள்வதில்லை!
இமயமலை மீது
    எங்கள் கொடிபறக்கும்
சமயம் வரும்போது
    சைனாவே ஏற்றிவைக்கும்!
அதுவரைக்கும்,
வயதான பெரியவர்காள்,
    வம்புமொழி பேசாதீர்!
வழிமேல் வழிமாறி
    வந்தவழி மறவாதீர்!

சாணக்ய தந்திரத்தைச்
	சற்றே நிறுத்திவைத்துச்
சாய்வு நாற்காலியிலே
	சடலந்தனைக் கிடத்தி
ஓய்வெடுத்துக் கொண்டு
	இருக்கு, யசுர் வேதமெலாம்
பாராயணம் செய்தல்
	பரகதிக்கு நல்லவழி!

எங்களுக்கு நேரு
	இருக்கின்றார் அவர்போதும்;
பங்கமின்றித் தாயகத்தைப்
	பார்த்திருப்பார் அவர்போதும்!

ஜனநா யகத்தைச்
	சற்றே நிறுத்திவைத்துச்
சர்வா திகாரம்
	தருவோம் நம் பண்டிதர்க்கு!

அந்தத் தலைவன்
	ஆணையின்கீழ் ஒன்றுபட்டு,
இந்தியமே! தாயே!
	இருபத்தி ரண்டிரண்டு
கோடிமக்காள்! நீவிர்
	கொதித்தெழுவீர்! கூடிடுவீர்!
வெற்று முரசொலியை
	விட்டுவிட்டு நாமெழுந்து
வெற்றி முரசொலிப்போம்!
	வீரமே! வாழியநீ!

(1962ஆம் ஆண்டு, சென்னை இராஜாஜி மண்டபத்தில் நடைபெற்ற, பாரதியாரின் 81ஆவது பிறந்தநாள் விழாக் கவியரங்கில், திரு. பக்தவத்சலம் தலைமையில் பாடியது.)

நீத்தார் நினைவுக் கவியரங்கில் கவிஞரின் முன்னுரை

முன்னைப் பழம்பொருளே!
    மூவினத்து முத்தமிழே!
முக்கனியே! முப்பாலே!
    மூவேந்தர் குலக்கொடியே!
அன்னைத் தமிழே!
    அறமகளே! என்வாயால்
உன்னைப் புகழ்ந்தோர்
    உலகத்தை யான்சமைத்தேன்
இன்னும் உனைப்புகழ
    என்கவிக்கு வலிமையில்லை!
பன்னூல் தெளிந்துவந்த
    பாவாணர் துணையுடனே
பன்னாள்நான் உலவிவரப்
    பால்தருவாய்! வாழியநீ!

O

செவ்வாழைக் கால்நிறுத்திச்
    செங்கரும்புப் பாலமிட்டுச்
சீர்இழையும் பட்டாலே
    சிங்காரத் தொட்டில்கட்டிக்
கொவ்வைச் சிறுவாயில்
    குமிழியிடும் புன்னகையை
மெல்லக் கிடத்தி
    மெல்லியலார் தாலாட்ட,

தாலாட்டுப் பாட்டினிலே
    தமிழ்படித்த பூமழலை
வேலேந்தி வில்லேந்தி
    வெற்றி வடிவினிற்,செங்
கோலேந்தி ஆண்ட
    குலத்திற் பிறந்தோரே!
உள்ளத்தி னுள்ளே
    உயரமாய் கிடந்ததமிழ்
வெள்ளத்தில் நீந்தும்
    வீரத் தமிழ்க்குலமே!

பெரியார் பெருமன்றிற்
    பெருந்திரளாய் எழுந்திருக்கும்
அறிவார்ந்த தோழர்களே!
    அன்புக் கவிவணக்கம்!

O

'எங்கிருந்து வந்தோம்
    எப்படிநாம் மேலெழுந்தோம்
தங்கிவந்த வீட்டினுக்கும்
    தாங்கிவந்த கொள்கைகட்கும்
உண்டுவந்த சோற்றினுக்கும்
    உப்பிட்ட பெரியவர்க்கும்
நன்றியுடன் இருந்தோமா?
    நன்னெறியில் நடந்தோமா?'
என்றறியாப் பேதையரே!
    இன்றமிழர் தலைவரென

மேடையிட்டு மாலையிட்டு
    மேள தாளங்களுடன்
ஆடிவரும் தென்புலத்தில்
    அவையடக்கம் மிக்கவனாய்
பாடிவரும் பூங்காற்றாய்
    பழகவரும் நல்லியல்பாய்
அறப்பால் குடித்துவந்து
    அன்பால் அரவணைப்போம்!

தம்தோணி தன்னைத்
    தலைகீழாய்க் கவிழவிட்டு
அந்தோஎன் றேஅழுது
    ஆச்சார்யார் தோணியிலே
வந்தோடிக் கூடிவிட்ட
    வளமார் திராவிடர்முன்
தந்தோணி தன்னைத்
    தமிழ்த்தோணி ஆக்கிவிட்ட
அந்தோணி! புன்னகைக்கும்
    அன்புப் பெருந்தோணி!
உந்தன் தொழிற்சங்க
    உலகமெனும் தோணியுடன்
எந்தன் கவித்தோணி
    ஏற்றுகிறேன்! வாழியநீ!

இன்று தலைநகரம்
    இருநகரம் போல்விளங்கும்;
ஒன்று தலைகுனிந்து
    ஒருபுறமாய்ப் போயிருக்கும்;
மற்றொன்று இங்கே
    மாமன்றிற் குவிந்திருக்கும்!

நிமிர்ந்த தலைபடைத்த
  நிகரில்லாத் திராவிடர்கள்
குனிந்த தலைபடைத்த
  கோலத்தைக் காணுகிறோம்!

அமைந்த மனம்படைத்த
  அன்புத் தமிழரெலாம்
நிமிர்ந்த தலைபடைத்து
  நிற்கின்றோம் இவ்விடத்தே!

சொன்னோம் ஒருநாள்;
  'தூயவரே! அண்ணாவே;
எந்நாள் பிறந்தாலும்
  இன்பத் திராவிடத்தின்
பொன்னாள் பிறக்காது!
  பொழுதென்றும் விடியாது!

செத்த பிணத்தைச்
  சிரந்தூக்கி வலம்வருதல்
புத்தியுளார் செய்கையல்ல;
  புதைத்துக் குடம்உடைப்போம்!
சக்தியுள மட்டும்
  ஜனநா யகவழியில்
பக்தியுடன் செல்வோம்
  பாராளும் நிலைபெறுவோம்!
கன்னடமும் களிதெலுங்கும்
  கவின்மலை யாளமும்துளுவும்

செந்தமிழும் சேர்ந்து
    திராவிடநா டாவதென்றால்
பட்டப் பகலில்
    படுத்துறங்கு வோன்காணும்
வெட்டிக் கனவு!
    விட்டுவிட்டு வாரும்' என்றோம்.

முக்கண்ணன் போல
    முகத்திலொரு கண்திறந்து
அக்கண்ணன் தம்பியரின்
    அறிவுக்கோர் அண்ணனவன்
திக்கெட்டும் நடுநடுங்க,
    'தீயோய்! சிறுமதியோய்!
திண்ணையிலே காண்பேன்
    திராவிடநா'டென்றானே!

"திண்ணையிலே காண்பதற்குத்
    திராவிடநா டென்பதென்ன
தொன்னையிலே நெய்யா?
    சோற்றுப் புளிக்குழம்பா?

தென்னை இளநீரா?
    சிறுகடலையா? இல்லை;
போட்டுப் புரட்டிப்
    பொழுதைச் செலவழிக்கும்
சீட்டு விளையாட்டா?
    சிறுபிள்ளைத் தனமில்லையா?"
என்றோம்! மறுபடியும்
    இரண்டாம் திருக்குறளோன்;

'உள்ளோம், உயிர் அதனை
 ஒருமுறைதான் சாகடிப்போம்
போகின்ற உயிர்எமது
 பூமியிலே போகட்டும்!
வேகின்ற கட்டைவரும்
 விடுதலையில் வேகட்டும்!
என்று முழக்கமிட்டான்!
 எங்கே பகைவரெனச்
சுற்றுமுற்றும் பார்த்தான்;
 தூங்கி வழிந்திருந்த
தம்பியரைத் தான்கண்டான்
 தானையினைக் காணவில்லை!

மாதங்கள் முப்பதொரு
 வழியாய் நகர்ந்துவிட
மாதங்கப் பேரறிஞன்
 மக்கள் தலைவன்! அவன்
தென்னாட்டுக் காந்தி
 திராவிடத்தின் முதலமைச்சன்
உண்டென்ற தெல்லாம்
 இல்லையென்றான்; எந்நாளும்
நன்றென்ற தெல்லாம்
 தீதென்றான்; நற்சுவைகற்
கண்டென்ற தெல்லாம்
 கசப்பென்றான்; காதலிளம்
பெண்டென்ற தெல்லாம்
 பேயென்றான்; உள்ளஉயிர்

ஒன்றென்றான்; இன்று
 இரண்டென்றான்! நாடுவரும்
பாரென்றான்; இன்று
 பகையென்றான்; பகைவருடன்
போர்என்றான்; இன்று
 பொய்யென்றான்! பூந்தமிழர்
படைகொண்டான்; இன்று
 விடைகொண்டான்; பகுத்தறிவுக்
கடைகொண்டான்; இன்று
 கறைகொண்டான்; வந்ததொரு
தடைகண்டான்; சாய்ந்த
 தலைகொண்டான்; தென்னவர்தம்
புவிகொண்ட திராவிடத்தாய்
 போனகதை சொல்வதற்குக்
கவிகொண்டு வந்தோம்
 கதைபாடத் துவங்குகிறோம்!

பின்னுரை

ஐயகோ! பெண்ணே! அருமைத் திராவிடமே!
கையறுந்த நிலையில்எமைக் கண்கலங்க வைத்தாயே!
பொய்பிறந்து போனதுபோல் பொட்டென்று வீழ்ந்தாயே!
நெய்கொடுத்துக் குழல்வளர்த்து நீராட்டி ஆடையிட்டு
மைகொடுத்து விழிஎழுதி மலரெடுத்துப் பூமுடித்து
சரித்திரத்தால் பொன்னாடை தமிழெழுத்தால் சங்கிலிகள்
கவித்திறத்தால் கையணிகள் கற்பனையால் காலணிகள்
கலைத்திறத்தால் இடையணிகள் கனியுதட்டில் பூமெருகு
தந்து வளர்த்தோமே! தளதளத்த மேனியுடன்
ஈரேழு பதினான்கு இளவயது வந்தவளே!
ஈரோட்டி லேபிறந்து இருவீட்டி லேவளர்ந்து
காஞ்சியிலே நோயாகிக் கன்னியிலே தாயாகிச்
சென்னையிலே மாண்டாயே! செல்வத் திருவிடமே!
கொடிப்படைகள் கட்டுவித்த கோட்டையினைத் தாங்குகிற
அடிப்படையாய் நின்றவளே! அடியற்ற மரமாகிப்
பொடிப்பொடியாய் உதிர்ந்தாயே! பொன்னே குலமகளே!
படிப்படியாய் உன்னைப் பக்குவமாய் வளர்த்துவந்த
குடிப்படைகள் ஒருநாளில் கூத்தாடி உடைத்தனவே!

கனகவிஜயர் தலையில் கல்லேற்றிக் கொண்டுவந்த
சேரனின் சந்ததிகள் சென்னையிலே கூடிவந்து
ஓரிரவில் ஒருநொடியில் உன்கழுத்து நெரித்தாரே!
கங்கைகொண்ட சோழனவன் தங்கைவழி வந்தவர்கள்
மங்கைஉன்னைக் கொன்றாரே! மனங்கலங்கி நின்றாரே!
அங்கையற்கண் மீனாட்சி அமர்ந்திருக்கும் பூமியிலே
பாண்டியனார் சீமையிலே பாலெடுத்து வந்தாரே!
கொற்றவராம் பல்லவர்கள் குடியிருந்த காஞ்சியிலே
குடமெடுத்து வந்தாரே குடமுடைக்க வந்தாரே!
தொண்டையிலே மண்டலத்தைத் தூள்தூளாய் ஆக்கிவிடும்!
'தொண்டைமண் டலத்தலைவர் தோள்கொடுக்க வந்தாரே!'
கருநாடகம் வரைக்கும் காலளந்து வாயளந்த
ஒருநாடகக் கதையை ஒருநொடியில் முடித்தாரே!
புறமுதுகு காட்டாத புறநானூ றத்தனையும்
ஒருமுதுகி லேசுமந்து ஊர்வலமாய் வந்தவர்கள்
புறநானூ றென்பதற்கே புதுவிளக்கம் தந்தாரே!
இரண்டு திரைப்படத்தில் இன்பத் திருவிடத்தை
உருண்டுவர வைப்பவரே உருண்டாரே, சுருண்டாரே!
கடலலைபோல் சேனைவரும், கத்திவரும், யுத்தம்வரும்,
படைநடக்கும் வீதியிலே பல்லவனின் குதிரைவரும்,
மடைதிறந்த வெள்ளமென மக்கள்வளம் மிக்கவரும்,
மாலைவரும், பாடல்வரும், வாழ்கஎனும் ஓசைவரும்,
மத்தியிலே பூரதத்தில் மகள்வருவாள் என்றிருந்தோம்;
வெளிநாட்டுத் தூதுவர்கள் வெண்சாமரம் அசைப்பார்,
உள்நாட்டு மன்னவர்கள் ஓங்கும் குடைபிடிப்பார்,
கலிகாலக் கண்ணனவன் கனிந்த வேதம்படிப்பான்,
காருகுறிச்சு மன்னன் கனிந்தஇசை கொடுப்பான்,

இஸ்மாயில் சாகிபுவும் இன்முகத்தோ டேவருவார்;
ஜின்னாவின் பாகிஸ்தான் தெருத்தெருவாய்
அலைவதுபோல்
அண்ணாவின் திராவிடஸ்தான் அசைந்துவரும்
என்றிருந்தோம்;
ஆரத்தித் தட்டெடுத்து அழகுமுகப் பூத்தொடுத்து
ஆரணங்கு கள்கூட்டம் அன்னங்கள் போலவரும்;
அண்ணனின் கண்களதை அணுஅணுவாய்த் தின்றிருக்கும்
ஜனகமகா ராஜனுக்கு ஜானகியாள் வந்துதித்தாள்
தசரதர்க்கு ஸ்ரீராம தருமதுரை வந்துதித்தார்
சக்கர வர்த்திமகன் ஜானகியைத் தான்மணக்க
வேத முனிவனவன் வில்வரைக்கும் துணைபுரிந்தான்
அக்காலம் போலஇங்கு அழகுமயில் திருவிடத்தை
'சக்கர வர்த்திமகன்' தான் பெறுவான் என்றிருந்தோம்;
ஆண்டு பதிநான்கு ஆரண்யம் சென்றுவந்து
ஆண்டானே ராமன், அதுநடக்கும் என்றிருந்தோம்,
ஆண்டு பதிநான்கில் அழகுமகள் திருவிடமே
மாண்டாய் எனவுரைத்தான் மயங்கவைத்தான்
பேரறிஞன்!
முத்தமகள் என்பதனால் முதல்வெடியை
அவன்எறிந்தான்!
பார்த்திருந்த தம்பியரும் படைகொண்டு வந்துவிட்டார்!
வேதமே! வேத விதியே! விளம்புதமிழ்
நீதமே, நீதி நெறிமுறையே, நீருரைப்பீர்;
ஊராரும் காணாமல் உற்றவர்க்கும் சொல்லாமல்
உள்வீட்டி லேகிடத்தி ஒருநொடியில் கொன்றானே!
எள்நீ ரிறைக்கமட்டும் எல்லாரும் வந்தாரே!

பாருங்கள் சோதரரே! படுத்த படுக்கையிலே
சாயும் சடலமதை! தம்பியரே தம்பியரே!
துப்பாக்கி தூக்குகின்றான் தூரத்தே ஒருவனென
அப்பாவிப் பெண்மயிலை அண்ணனவன் கொன்றானே!
வீடுவரை அவளிருக்க, வீதிவரை அவன்நடக்கக்
காடுவரை நாங்கள்வந்தோம் கால்கடுக்க! கால்கடுக்க!
வேதியரும் வாழ்த்திவிட்டார், வேதமும் ஓதிவிட்டார்!
நாதியற்ற திருவிடத்தை நாங்கள் நினைவில் வைத்தோம்!

கையளவு பச்சரிசி காலணா நாணயங்கள்
கொண்டுவந்து போடுங்கள் கோலமகள் திருவாயில்!
அண்ணன் வலதுகையில் அக்கினியை ஏந்துகிறான்
எண்ணெயினை ஊற்றுகிறான், எல்லாரும் கூவுகிறார்!
மூட்டுகிறான் தீயை; மூளும் ஒளியினிலே
நாட்டுகிறான் தன்கொடியை நாளையொரு
பொய்யுரைக்க!
என்னருமைத் தோழர்களே! எழுந்து சிலநிமிடம்
தன்னமைதி கொண்டு தலைகுனிந்து நின்றிருப்பீரே!
பாவிமகள் போனாள்! பச்சைஇளம் பூங்கொடியாள்
ஆவி அமைதி கொள்க! அநியாயம் வாழியவே!

(1963இல் தி.மு. கழகம் திராவிட நாடுக் கொள்கையைக் கைவிட்டவுடன், அதற்கு முன்னரே, 'திராவிட நாடு கொள்கை வெற்றி பெறாது' என்று கூறி முன்னேற்றக் கழகத்தை விட்டு வெளியேறிய கவிஞர், சம்பத் ஆகியோரும் நண்பர்களும் கூடி, நவம்பர் மாதம் வெற்றி விழாக் கொண்டாடிக் கவியரங்கம் கூட்டினார்கள். அரங்கின் தலைமையேற்றுப் பாடிய பின்னுரை இதுவாகும்.)

கோயம்புத்தூர்: ஒரு விளக்கம்

எழுதருங் கவிகள் பழுதறப் பாடி
ஏறாச் செவியிலும் ஏறுமா றூட்டி
இளையதோர் தலைமுறைக் கிலக்கணம் தந்த
இணையிலாப் பாவல! ஈடிலா நாவல!
மழைமுகில் அனைய மறவருக் கினிய
மன்னர் மன்னவ! மாத்தமிழ்க் கவிஞ!
தொழுதுனை வாழ்த்தித் தொடங்குவன் கவிதை!
தூமணி விளக்கே! வாழிய! வாழிய!

O

வேளிர் மக்கள் வெண்மனம் விரித்து
வேட்டை நடாத்தி விருந்தினர் காத்து
வாழ்ந்து மறைந்த மலைப்புறத் தின்று
வாழும் கவிஞர் பாடவந் துள்ளோம்!
வீழும் துளிகள் சிலவெனும் போதும்
விழுங்கும் இதயம் பலப்பல கண்டோம்!
சூழும் துணிவால் சொல்லசைக் கின்றோம்
சுவையறிந் தோரே! சுவை யறிவீரே!

—வேறு—

கன்னியரின் இதழழகைக் கோவை யென்பார்!
கனிமழலை முழுவடிவைக் கோவை யென்பார்!

தென்தமிழில் திருக்கோவை நூலொன் றுண்டு
திறமான கவிதொகுத்த கோவை யுண்டு
இந்நகரைக் 'கோவை' என ஏனழைத்தார்?
எழில்கோயம் புத்தூர் ரென்றேன் படைத்தார்?
என்கருத்தை யான் சொல்வேன்; தமிழறிந்தோர்,
இதுதவறென் றுரைத்தாலும் தவறே யாக!
வஞ்சியர்கள் விளையாடும் வஞ்சி நாட்டின்
மன்னருக்கு மக்களென இருவர் வந்தார்!
செஞ்சரத்து வில்லவனாய் வடபாற் சென்ற
செங்குட்டுவன் ஒருவன்! தமிழெ டுத்து
அஞ்சிலம்பை யாத்தணித்த இளங்கோ அண்ணல்
அடுத்தொருவன்! இவ்விருவர் குறிப்பும் பார்த்து
பிஞ்சுமகன் அரசாவான் என்று ரைத்தான்
பேதையொரு வேதாந்தி! அதனைக் கேட்டு
முன்னவனே நாடாள வேண்டு மென்று
முடிமாற்றி உடைமாற்றி இளங்கோ அண்ணல்
தன்னாட்டின் எல்லையிலோர் குடில மைத்தான்!
தனியாகச் சாத்தனுடன் தங்கி விட்டான்!
அந்நாளில் இளங்கோவன் அமைத்த புத்தூர்
அங்கோவன் புத்தூராய்ப் பேரெ டுத்து
இந்நாளில் கோயம் புத்தூ ராயிற்று!
இயல்பான உருமாற்றம் சரிதச் சான்று!
நீலமலைச் சாரலிலே நிலம் விரிந்து
நெளிந்து வரும் தென்றலினை வளையவிட்டுப்
பால்போன்ற இதயத்தைப் பிள்ளை யாக்கிப்
பண்பினையும் அன்பினையும் துணைவ ராக்கி
வாழுங்கள் எனவிட்டாள் தமிழ்மூ தாட்டி

வாழ்கின்றார் கோவையிலே நல்ல மக்கள்!
சூழ்கின்ற பண்பெல்லாம் கோவையில் தான்!
சுவையெல்லாம் பணிவெல்லாம் கோவையில் தான்!
ஏனுங்க! என்னவுங்க! ஆமா முங்க!
இருக்குங்க! சரியிங்க! பாக்க வாங்க!
மானுங்க! வேணுங்களா! வாங்கிக் கோங்க!
மலைப்பழமும் இருக்குங்க! எடுத்துக் கோங்க!
தேனுங்க! கையெடுங்க! சாப்பி டுங்க!
திருப்பூரு நெய்யுங்க! சுத்த முங்க!
ஏனுங்க! எழுந்திங்க! உக்கா ருங்க!
ஏபையா பாயசம் எடுத்துப் போடு!
அப்பப்பா! கோவையிலே விருந்து வந்தால்
ஆறுநாள் பசிவேண்டும்! வயிறும் வேண்டும்!
தப்பப்பா கோவைக்கு வரக் கூடாது,
சாப்பாட்டி னாலேயே சாக டிப்பார்!
ஒப்பப்பா இவருக்கு வள்ளல் ஏழ்வர்
உயர்வப்பா இவர்நெஞ்சம் ஊற்றின் தேக்கம்!

கொடுத்தவரைப் பாடுவ தெம்குல வழக்கம்
கொடைக்கெனவே படையெடுத்தார் புலவர் பல்லோர்
இனித்தசுவைப் பழங்கொடுத்த வள்ளல் பற்றி
இயன்றவரை பாடிவிட்டாள் ஔவைத் தேவி
தனித்தனியே கனிவைத்துத் தேனும் வைத்துத்
தந்தானைப் புகழ்ந்தானே கம்பன்! அன்றும்,
கொடுத்தவனைப் புகழ்ந்ததுதான் புலவன் பாட்டு!
குறையெதற்கு? நானுமதைச் செய்து விட்டேன்!

(1964இல் கோவையில் நடைபெற்ற 'த.தே.க.' மாநாட்டுக் கவியரங்கில் தலைமை ஏற்றுப் பாடியது)

ஜனநாயக சோஷலிசம்

தென்றலிலே ஒலிவாங்கித் தேனாற்றில் உயிர்வாங்கிக்
கன்றின் குரலினிலே அகரமெனும் கால்வாங்கி
நின்றுசெலும் காவிரியில் நெடிய உடல்வாங்கி
அன்றிலெனும் அன்னத்தின், அடிவாங்கி, முற்றுணர்ந்த
ஞானத்தில் கண்வாங்கி நடந்து மெலநடந்து
நாணல்போல் நாணி நலம்பாடும் சங்கெடுத்துப்
புல்லாங் குழலிற் புகுந்து புறப்பட்டு
மெல்லியலார் செவ்விதழில் மெல்ல அரும்புகட்டிக்
கல்லாத மழலையர்தம் கனிவாயிற் குடியிருந்து
கற்றார் அவையிற் பிறந்த பெரும்பொருளே!
முற்றும் உனையறிந்த முத்தமிழர் சந்நிதியில்
சற்றே உனையறிந்தோன் தலைசாய்த்துப் பாடுகிறேன்
குற்றம் இருந்தால் குறித்துக்கொள்; மீண்டுமிந்தக்
குற்றம் வராமல் குழந்தைக்குப் பாலூட்டு!

பட்டப் படிப்பு படிக்கத்தான் நினைத்திருந்தேன்
கொட்டும் மொழிமழையிற் குளிக்கத்தான்
நினைத்திருந்தேன்!

ஆனால்,

எட்டாம் வகுப்பை எட்டத்தான் என் பெற்றோர்
இட்டார்; பின்ஏழ்மையிலே என்னைஉலகில் விட்டார்!

கல்வியிலான் வாழ்வு கரைகாணாத் தோணியெனக்
கலங்கினேன்; கற்றோரைக் கண்டு கரையில்நின்றேன்
வந்தாயே தாயே! வாமகனே என்றாயே!
தந்தாயே நாவில் சரஞ்சரமாய்த் தமிழ்ப்பாடல்!
உன்னை மறப்பேனா? உனைப்பாடா திருப்பேனா?
என்னை எரித்தாலும் எரியும் நெருப்பினிலே
உன்னைத் தான்காணும் உலகம்; உயிர்த்தாயே!
சின்னமகன் உன்னைச் சிரங்குவித்து வணங்குகிறேன்!

பாரதத்தில் நாம்மக்கள், பண்பினுக்கும் நாம்மக்கள்
வீரத்தில் நாம்மக்கள், வெற்றியிலும் நாம்மக்கள்,
நாம்மக்கள் என்று நம்மக்கள் புகழ்பாடும்
நாமக்கல் பெருங்கவிஞ! நாங்களெலாம் உன்மக்கள்!
வாழ்ந்தநாள் வாழ்ந்து, வாழ்விழந்து வளமிழந்து,
சோர்ந்தநாள் சோர்ந்து, கைசோர்ந்து மெய்சோர்ந்து
வீழ்ந்தநாள் கண்டு விழுந்தவரை எழுப்பிவிடக்
காந்திமகான் வந்ததுவும் காங்கிரசைக் காத்ததுவும்
சாந்தமகான் காந்திக்கோர் ஜவாகர்லால் வாய்த்ததுவும்
இங்கே பலகவிஞர் என்முனமே பாடிவிட்டார்
பங்காக நானும் பாடுகிறேன் இப்பாட்டை!
அன்றொருநாள் இந்த அழகுநகர் வீதியிலே
தென்றல் படுக்கையிட்ட சிங்காரச் சென்னையிலே
மன்றம் நெருங்கிவர வாயெலாம் வாழ்த்திவர
மாதர் வணங்கிவர மழலையெலாம் புன்னகைக்க,
குன்றம்போல் வந்தான் குலங்காத்த ஜவாகர்லால்!
பிள்ளைச் சிரிப்பு! பெண்ணின் நளினமுகம்
முல்லைபோல் வெள்ளுடையில் முளைத்தெழுந்த ரோஜாப்பூ
கண்டேன்நான்; ஆனால் என்னையவன் காணவில்லை!

பாடினேன் பாடினேன் பாடியது பாட்டல்ல,
பக்தித் துடிப்பு! பரவசத்தின் பூரிப்பு!
புத்தியெலாம் கூட்டிப் புகழ்ந்துரைத்த ஏழைமொழி!
சூடிக் கொடுத்த சுடர்க்கொடிபோல் நான்பாட்டுப்
பாடிக் கொடுத்தேன்; பண்டிதனின் கால்தொட்டேன்!
ஆடிக் களித்தேன்; அம்மம்மா! கன்னியரின்
தோள் தொட்டபோதும் தோன்றாதசுகம் அன்னான்
கால்தொட்ட போதுநான் கண்டேன்; களிகூர்ந்தேன்!
என்பாட்டில் திறன்இல்லை! என்பாட்டில் உயிர்இல்லை!
இருந்தால் அப்பாட்டு இறைவனை வைத்திருக்கும்!
இருப்பேன் என்றானன்றி இன்னும் சிலநாளில்
பறப்பேன் என்றானா? பாரதத்தை ஒருநொடியில்
மறப்பேன் என்றானா? மனங்கவர்ந்த காமராஜ்
இல்லாதபோது இறப்பேன் என்றானா? ஓ!
ஆவிதரிப்பேன் ஆதரிப்பேன் என்ற மன்னன்
கோயில்மணி ஓசையிலே கூடிக் கலந்துவிட்டான்!
போயினான் போகட்டும் போகாமல் தடுப்பதற்கு
வாயினாற் சொல்லும் வார்த்தையின்றி வேறில்லை
ஆகையினால் விட்டோம்! அழுதோம்; அமைதியுற்றோம்!
ஆனால் அவன்நெஞ்சை அணைத்திருந்த ரோஜாப்பூ
அழுகை நிறுத்தவில்லை; அழுததனை நான்கேட்டேன்
தென்றல்போல் மாறித் தில்லிக்குச் சென்றிருந்தேன்
ரோஜாவைப் பார்த்தேன்; நோயுற்று, தானிழந்த
ராஜாவைப் பற்றிப் பாடினாள் ரோஜாப்பூ!

—வேறு—

"என்னுயிர்த் தோழி! இலையொடும் பிறந்த
உன்னருந் தோழிதன் உள்ளங் கேளாய்!
மன்னவன் மறைந்து மாதமொன் றாயது
மலர்ந்து நானும் மண்ணிடை வீழ்ந்தேன்!

ஆடுவா ரில்லா அரங்கம் போலவும்
பாடுவா ரில்லா பாடல் போலவும்
தேடுவா ரில்லாச் செல்வம் போலவும்
சூடினான் இன்றித் துவள்கிறேன் தோழிநான்!

முல்லை முகமும் மல்லிகை மொக்கும்
செண்பகச் சிறுமியும் செவ்வந்தி மகளும்
பெறாத இடம்யான் பெற்றுவிட் டேன்எனப்
பொறாது இறைஎன் புகழினை அழித்தான்!

உதய காலத்து உற்சவ மூர்த்தியின்
இதயத்தில் யான் ஏறி யிருந்தேன்!
இதுஎன் இதயம்; இதன்பேர் ரோஜா
என்பது போல்எனை ஏற்றஎன் ராஜா!
விடையிலாக் கேள்வியில் என்னை விடுத்து
விடைபெற் றான்;நான் விடம்பெற் றேனடி!

குடைநிழ லிருந்து குஞ்சரம் ஊர்ந்தோர்
மரநிழல் தேடி வாழ்வது போல
அண்ணல் மார்பில் அரசுவீற் றிருந்து
மண்ணில் இன்று மயங்குகின் றேனடி!
அந்நாள் அவனொடு அகிலம் முழுதும்
சென்றுயான் பெற்ற சிறப்பினை இன்று
எண்ணி எண்ணியே ஏங்குவ தன்றி
மண்ணில் எனக்கோர் மறுவாழ் வேதடி!

அந்நாள்,

மாதரும் மக்களும் மன்னரும் வீரரும்
தூதரும் அந்தத் தூயனை நோக்கி
வணங்குவார்; நானவன் மார்பி லிருந்து
என்னை வணங்கினார் இவரெனக் களிப்பேன்!

அந்நியத் தலைவர் அண்ணலைக் கைகளில்
அணைப்பார்; ஐயோ! அப்பொழு தெந்தன்
நாணம் உனக்கு நவிலவொண் ணாதடி!
வெள்ளுடை தரித்த வேந்தன் கைகளில்
அள்ளி எடுத்தெனை அணைக்கும் வேளையில்
பிள்ளையும் பெறாத பெருமையான் பெறுவேன்!
சத்தியச் சாதகன் தளிர்மணி இதழில்
வைத்தெனை மெல்ல வருடுவான்; அந்த
முத்தம் ஒருகோடி முத்தினும் பெரிதடி!
இல்லா திருந்தால் இல்லை யென்பதைத்
தொல்லை என்றெண்ணித் துவளமாட் டேனடி!
இருந்து, வாழ்ந்து, பின்இருந்ததை இழந்தால்
வருந்தி அழாமலே வாழ்வ தெப்படி?
அன்று,
மோதிலால் மகனை மூவர் மணந்தோம்
ஒருத்தி கமலா; ஒன்று இந்நாடு;
அடுத்து நான்;இதை அகிலம் அறியும்!
இருவர் நமது இடம்பிடித் தாரென
வருந்திய கமலா மணிக்கண் மூடினாள்!
சலனத் திருந்தான் தலைவன், அவனது
வலப்புறம் மெல்லயான் வந்தேன்; இருந்தேன்!
இடப்புறம் பாரதம் இடம்பிடித் தாளடி!
பலம்மிகு நாயகன் பகைவேண் டாமென
வலதையும் அணைத்தான்! இடதையும் அணைத்தான்!
ஆயினும் அவனை அதிகம் கவர்ந்தவள்
இடப்புறத் திருந்தாள்; இருக்கட்டும் எனப்
போட்டியில் லாதுயான் பொறுமையி லிருந்தேன்!
நாட்டவர் மக்கள் நாற்பது கோடியும்
அழவிடுத் தேயவன் அனல்வாய்ப் படுத்தான்!

ஊரவர் நாட்டோர் உலகோர் யாவரும்
பாரதப் பெண்ணையே பார்த்தழு கின்றார்!
எனக்கென அழவோர் இதயம் இல்லையே!
ஏழைக் குடியில் இழையும் கொடியில்
இருந்துவந் தாலும் எங்களுக் கிந்த
நாட்டின் பண்புகள் நான்கும் உண்டடி!
காதலர் பிரிந்த கவலை பொறாது
கைம்மைநோன் பேற்கும் கற்பும் உண்டடி!
இன்றுமுதலே எங்கள் குலத்தோர்
இன்னொரு மார்பை இணையோம்; நினையோம்!
தென்றலே தோழி தேசமெங் கும்நீ
சென்றுஇச் சேதி செப்புக இன்றே!
ராஜா மணந்து நலம்பல தந்த
ரோஜா மலரைச் சூடவேண் டாமென
ஊரார் தமக்கு உணர்த்துவாய் தோழி!
ஒன்றே காதல்! வாழிய வாழி!"

—வேறு—

என்றமொழி கேட்டேன்; இன்னொன்றும் தில்லிக்குச்
சென்றவுடன் நான்கேட்டேன்; தெருக்களிலே ஜவாகர்லால்
ஊர்வலத்தைப் பார்த்தோர் உரைத்த கவிகேட்டேன்
நேருவிலாப் பாரதத்தாய் நிர்க்கதியாய் நின்றாளாம்!
'யார்வருவார்? இனிமேல் வருகிறவர் யாதறிவார்?
கேடுவருமோ? கீழிறங்கும் நிலை வருமோ?
பாடுபட்ட தெல்லாம் பலனின்றிப் போய்விடுமோ?
கட்டி வளர்த்ததெல்லாம் கருவில் சிதைவுறுமோ?
முட்டை உடைந்து முழுக்குஞ்சு வெளிவருமோ?
ஆவி குடிபுகுந்த அண்ணல் மறைந்ததன்பின்

பாவிமக்கள் தமக்குள்ளே பதவிக்குச் சண்டையிட்டு
அந்நியரை அழைப்பாரோ? யார்;யாரை
அணைப்பாரோ?
நல்ல இடம்வருமோ? நரிதான் வலம்வருமோ,
சுதந்தரத்தை ஊடுருவித் தந்திரமே சுகம்பெறுமோ?'
என்று துடித்தாளாம் இளந்தேவி பாரதத்தாய்!
இதுநடக்கும் அதுநடக்கும் இப்படித்தான் நடக்கும்என
ஏடு வெளியிடுவோர் எழுதிவெளி யிட்டாராம்!
கற்பனைக்குப் பேர்போன காகிதங்கள் அத்தனையும்
அற்புதமாய்க் கற்பனையை ஆக்கிப் படைத்தனவாம்!
'மாளவியா முழங்குகிறார்; மௌனம் கிழித்தெழுந்து
ஜகஜீவன் பாடுகிறார்; தங்கத்தின் நிலைகுறைத்த
தேசாய் தனக்கில்லா மீசையினை முறுக்குகிறார்!
மேனன் கிளம்புகிறார்; மேல்நாடும் கீழ்நாடும்
வேடிக்கை பார்க்க விளையாடப் போகின்றார்'
என்றெல்லாம் வதந்திக்குத் தந்தி கொடுப்பவர்கள்
ஏட்டுச் சுதந்தரத்தில் நீட்டிப் படுப்பவர்கள்
பேசினார்; அந்தப் பேச்சுக்கே நாட்டுமக்கள்
கூசினார்; கூனிக் குறுகினார்; கொந்தளிக்கும்
கடலிலே வீழ்ந்தவர்போல் கலங்கினார்; அந்நிலையில்,
வெட்டவெளி வானத்தோர் விடிவெள்ளி வந்ததம்மா!
வெள்ளெருக்கங் காட்டினிலோர் முல்லைமலர்
பூத்ததம்மா!
பட்டுப் போகாமல் பசுமரத்தைக் காப்பதற்குப்
பாலே மழையாகப் பாரதத்தில் வீழ்ந்ததம்மா!
கட்டி வளர்த்துக் கண்ணீராற் காத்துவந்த
ஜனநா யகத்துக்குத் தன்கரத்தால் வேலியிட்டு
நின்றான் ஒருவன்; நிறத்திலே கண்ணனவன்!

சான்றோர் குலத்துச் சரித்திரத்துப் பிள்ளையவன்
முழந்துண்டு சட்டைக்கும் முதலில்லாத் தொழிலாளி!
பழநிமலை ஆண்டிக்குப் பக்கத்தில் குடியிருப்போன்!
பொன்னில்லான் பொருளில்லான் புகழன்றி
                                வசையில்லான்!
இல்லாளும் இல்லான் இல்லையெனும் ஏக்கமிலான்!
அரசியலைக் காதலுக்கே அர்ப்பணித்தார் மத்தியிலே
காதலையே அரசியற்குக் கரைத்துவிட்ட கங்கையவன்!
ஆயிரத்தைப் பேசி ஆர்ப்பரித்துக் கடைசியிலே
பாயிரத்தை மறந்துவிட்ட பல்லவர்கள் நடுவினிலே
நறுக்காகப் பேசி நடைமுறைக்குக் கொண்டுவந்து
சுருக்காகச் சேவகன்போல் நாற்சாலை நடுவினிலே
நின்றான்; கரந்தூக்கி நில்லுங்கள் அருகில் என்றான்!
பாராளும் மன்றமே பக்கத்தில் வந்ததம்மா!
லால்பக தூர்தான் நமதுநாட்டின் தலைவர் என்றான்!
ஐநூற் றறுபதுபேர் ஆம்என்றார்; காத்திருந்த
தோல்பக தூரெல்லாம் சுருண்டு படுத்துவிட்டார்!
நந்தா விளக்கொன்று நாட்டுக்கோர் சஞ்சீவி
தந்தான்! என் தாயகத்தைத் தலைநிமிர்த்தி வைத்து
                                விட்டான்!

இந்த விருதுபெற்றான் எவனென்பீர்! தென்பாண்டி
விருதுபெற்ற வீரன்தான் இந்த விருதுபெற்றான்!
தெற்கு வடக்கின் சிரத்தினிலே உட்கார்ந்து
வழிகாட்டும் காலம் வருமென்றா நினைத்திருந்தோம்!
வந்த தொருநாளில் வாங்கியவன் நம்தலைவன்!
ஜனநா யகமும் சமதர்மத் தத்துவமும்
சமமாகக் கொண்டினிமேல் சரித்திரத்தை நாம்
                                தொடர்வோம்!

'சோஷலிசம்' என்பதொரு சுவைமிகுந்த ஆங்கிலச்சொல்
'சொசைட்டி' என்றசொல்லின் தொடர்பாகப் பிறந்ததிது!
ஒன்றேபோல் வாழ்வு ஒன்றேபோல் சிந்தனைகள்
உருவாக்கும் திட்டமிது, உள்ளத்தின் சட்டமிது!
இவ்வளவு காலென்றும் இவ்வளவு கண்ணென்றும்
இவ்வளவு மூக்கென்றும் இவ்வளவு பல்லென்றும்
ஒழுங்கா யிருந்தால்தான் உடம்பென்போம் அல்லாமல்
கால்மட்டும் ஐந்துஅடி கண்ணோ கடுகளவு
தோல்கொஞ்சம் பச்சைத் தோளே கிடையாது
மேல்பக்கம் சாய்ந்திருக்கும் விலாவும் வளைந்தநிலை
விதைக்குவிட்ட சுரைக்காய்போல விழுந்துவிட்ட
கையிரண்டு!
இப்படியோர் தோற்றம் இருந்தால் அதன்பெயரை
உடம்பென்று சொல்வோமா? உடும்பென்று
சொல்வோமா?
ஒருபக்கம் முதல்சாய, ஒருபக்கம் தொழில்சாய
உண்டாகும் சமுதாயம் உடும்புக்குச் சமமாகும்!
இருபக்கம் சமமாக எழிலான தேர்போல
உருவாகும் சமுதாயம் உடம்புக்கு நிகராகும்!
சமதர்மம் என்பதன் சாரமே இவ்வார்த்தை!
'சமதர்மம் சரியப்பா ஜனநாயகத் தோடு
சமதர்மம் என்றால் சரியாகப் புரியவில்லை
சொல்' என்று கேட்பீரோ, சொல்கின்றேன்!
சிலநாட்டில்
ஜனநாயகம் உண்டு; சமதர்மப் பேச்சில்லை!
சமதர்மம் உள்நாட்டில் ஜனநாயகம் இல்லை!
ஏனில்லை, அரசாங்கம் எல்லார்க்கும் வாழ்வுதர

தொழில்களிலே தானும் சொந்தங்கொண் டாடுகையில்
வழக்குமன்றம் ஏறி வாதிடுவான் முதலாளி
அதனாலே சமதர்மம் அடிவாங்கும் நிலைதோன்றும்
ஜனநா யகத்தைச் சவக்குழியில் வைத்துவிட்டால்
சட்டத்தால் சமதர்மம் தழைத்துக் குலுங்கிவிடும்
என்றே சமதர்மம் குடியரசை ஏற்பதில்லை!

இங்கேதான் அந்த இரட்டைக் குழந்தைதனைப்
பெற்றெடுத்தார் நேரு; பிழைக்குமென நம்பிவந்தார்
இந்தக் குழந்தைமட்டும் எழிலாய் வளர்ந்துவிட்டால்
இன்னும் சிலநாளில் இந்தியா வல்லரசு!
அதனை வளர்ப்பதற்கோர் அருமைத் தலைவரையும்
கண்டுவிட்டோம் இனியென்ன? காலமகள்
கண்திறப்பாள்!
பொன்னாடு வாழ்க! புவிவாழ்க! புகழ்படைத்த
தென்னாட்டு வேந்தன் சிவகாமிமகன் வாழ்க!

(1964ஆம் ஆண்டு ஜூலை 15ஆம் நாள் தலைவர் திரு. காமராசரின் 62ஆவது பிறந்தநாள், முதன் முதலாக 'ஜனநாயக சோஷலிச தின'மாக நான்கு நாட்கள் கொண்டாடப் பட்டபோது, தேனாம்பேட்டை காங்கிரஸ் மைதானத்தில் நடைபெற்ற கவியரங்கில், நாமக்கல் கவிஞர் தலைமையில் பாடியது.)

தேசம் ஒன்று; தேசியம் ஒன்று

மல்லிகை முல்லை அந்தமந் தாரை
அல்லி வெண்சங்கு அனிச்சம் பன்னீர்
செண்பகம் ரோஜா செவ்வந்தி கமலம்
தண்பனித் தாழை சாமந்தி மகிழம்
பரங்கி பூசணி பரத்தம் குவளை
மலர்கள் நிறத்தால் மணத்தால் மாறினும்
இனத்தால் மலர்கள் இயற்கையின் கலைகள்!

மயில் கிளிசிட்டு மணிப்புறா அன்னம்
குயில்செம் போத்து கொஞ்சிடும் மைனா
பறவைகள் நிறத்தில் பலப்பல வாயினும்
இனத்தால் ஒன்றெனல் இயற்கையின் பாட்டு

நிலத்து நிறத்தே நீரும் நீரின்
தரத்தே பயிரும் தழைத்தல் இயற்கை!
மண்படு மரபில் மானிடர் சாதி
பண்படு மதனைப் பண்பா டென்க!

மொழிவே றாயினும் மொழியும் உயிரின்
வழிஒன் றாயின் வாழ்க்கையும் ஒன்றே!

பட்டுநூ லிழையும் பருத்திநூ லிழையும்
கட்டும் இடையிற் கனத்தால் மாறினும்
மானங் காத்தலில் மாறுவ தில்லை!
முற்றிலும் மாறி முறிந்தபண் பாட்டினை
ஒட்டியே இனங்கள் ஒவ்வொன் றாயின!
ஒன்றில் பிறந்து வெவ்வே றாகும்!
எல்லா ரினமும் ஒன்றே யாகும்!

தாளம் ராகம் பாவம் ஒன்றாகித்
தழைக்கும் பாட்டின் மொழிவே றாயினும்
இழையால் ஒன்று நெய்தலால் வேறு!
பாரத நாட்டின் மொழிபதி நான்கு
வேறெதும் இங்கே வேறுபா டில்லை!

உண்ணும் உணவு உடுத்தும் உடைகள்
கண்தரு காதல் கற்பியல் அன்பு
பெண்குலப் பண்பு பேச்சில் பணிவு
அச்சம் நாணம் அடக்கம் புன்னகை
இச்சையை உடனே எடுத்து வைக்காத
மரபுப் பயிற்சி மான்களின் மானம்
வருவிருந் தோம்பல் மணந்தவன் நெஞ்சில்
வருவிருந் துண்டு வறுமை மறைத்தல்
காதலர் பிரியின் கவலை பொறாது
தாமுயிர் நீத்தல் தாய்மையின் மேன்மை
பாரத முழுதும் ஒருபண் பாடாம்!
கூரிய இமயப் பனிவரை தொட்டுக்
குமரி வரைக்கும் கூறுகூ றாகப்

பகிர்ந்து பார்த்தாலும் பண்பா டொன்றே!
தடக்கைக் கனிக்குச் சாட்சிகள் வேண்டாம்!

தேசம் ஒன்று, தேசியம் ஒன்று
அருமை மாந்தர் ஐம்பது கோடியும்
ஒருமை கண்டதில் வியப்பொன் றில்லை!
தாய்பதி நான்கு பிள்ளைகள் பெற்றாள்
வாய்பதி நான்கு மனத்தால் ஒன்று!
மனத்தின் பின்னே வாயெனல் அறிந்தோர்
இனத்தின் பின்னே மொழியெனக் காண்பர்!
விண்மீன் குலத்தில் வேற்றுமை வந்தால்
வீரபா ரதத்திலும் வேற்றுமை தோன்றும்!
நான்,
பாட்டால் அளந்தது படியள வாகும்
பாரத ஒருமை கடலள வாகும்!

(64ஆம் ஆண்டு 'ஆனந்த விகடன்' தீபாவளி மலர் கவியரங்கம்)

மறுமலர்ச்சி

ஆயர்கைப் புல்லாங் குழலில் அமைந்தெழுந்து
தாயர்கை வளையலிலும் சலங்கையிலும் குடிபுகுந்து
கோயில்மணி ஓசையிலே கொஞ்சித் தவழ்ந்துவந்து
சேயின் மணிவாய்ச் சிறகை விரித்தெழுந்து
பூஞ்சிட்டுப் போல்வான் புறத்தே பறந்துவந்து
அப்பனுக்குக் கணக்காகி ஆச்சியர்க்குப் பாட்டாகி
ஒப்பரிய தாயார்க்கு ஒப்பாரிக் கலையாகித்
தப்பிப் பிறந்துவந்த தங்கமெனத் தாய்உரைத்த
இப்பாவிக் கவிமகனை ஈன்றெடுத்த செந்தமிழே!
நீயிலையேல் நானில்லை; நிலமிலையேல் பயிரில்லை
தாய்உனக்கோர் வாழ்த்துத் தருகிறேன் நீவாழ்க!

O

என்னை அரங்கின் தலைமைத்தே இருவென்று
சொன்ன பழிக்காகத் துயிலாமல் உண்ணாமல்
வருவானோ, ஏய்ப்பானோ, 'வரவில்லை' எனத்தந்தி
தருவானோ என்று தவித்திருந்த மன்றத்தீர்!
வந்துவிட்டேன் மெய்யாக; வாழ்த்துகிறேன் நீர் வாழ்க!
என்ன அழகப்பா இவன்பெருமை! எந்நாளும்
மின்னும் அழகப்பா வியக்கவரும் அழகப்பா!
உள்ளதெலாந் தந்தான் உள்ளத்தையே தந்தான்
கொள்ளும் முதல்யாவும் கொடுப்பதற்கே
கொண்டானே!

என்னத் தமிழுலகம் ஏற்றித் தலைசுமக்கும்
வள்ளல் அழகப்பா! வாழியநீ வானகத்தே!

ஓரா சிரியர் உளங்குளிரப் பார்க்கின்றார்
வேறா சிரியர் வியப்போடு விழிக்கின்றார்
நூறா சிரியர் நுண்மான் நுழைபுலமும்
தேறாச் சிறியேன் சிறுகவிதை கேட்பதனால்
பேரா சிரியர்களைப் பெருமனத்தால் வாழ்த்துகிறேன்!

கேட்டும் படித்தும் கிளர்ந்தெழுந்த ஆசையினால்
பாட்டும் கவிதையுமாய்ப் பறந்துவந்த பாவலரே!
சேய்சமைத்த சோற்றைச் சிந்தாமல் சிதறாமல்
தாய்உண்ணும் பாவனையில் சபைநிறைந்த சான்றோரே!
வாய்சிறிது, மனம்பெரிது, வழுவிருந்தால்
பொறுத்தருள்க!

அவையடக்கம் நான்சொன்னேன்; ஆனாலும் எமக்கிந்த
அவையடக்கம்! நாங்கள் அரசர் குலத்தவர் காண்!
'மன்னவனும் நீதானோ?' என்றானே மாகவிஞன்
அன்னவனே எங்கள் அனைவோர்க்கும் தாயாவான்!
எட்டடிதான் பாய்ந்தாள் எங்கள்தாய்; நாங்களொரு
பதினாறடி பாய்வோம்; இளங்கன்று பயமில்லை!

மறுமலர்ச்சி என்றிந்த மன்றத்தார் தலைப்பெடுத்தார்
மலர்கின்ற பருவத்தால் மனதை அதிற் பதித்தார்
என்ன மறுமலர்ச்சி? என்ன அதன் உட்பொருள்கள்?
சொன்னால் தெரியாது; தோய்ந்தால் பொருள்புரியும்!

சிற்றாடை கட்டிவரும் சின்னமகள் மெய்வளர்ந்து
குற்றாலச் சூழலெனக் குளிர்தோற்றம் கொண்டவளாய்

அங்கம் மெருகேறி அகத்தே புதுமையுடன்
மலர்கின்றாள் அந்த மலர்ச்சி முதல்மலர்ச்சி!
அந்த மலர்ச்சி ஆனதன்பின்; கன்னியர்க்கு
திங்கள் ஒருமலர்ச்சி; தினமும் மறுமலர்ச்சி
காதல் புதுமலர்ச்சி; கடிமணந்தான் மறுமலர்ச்சி!
ஆடவர்க்கும் இவ்வாறே! அகிலத்தின் கதையிதுதான்!
இந்த மலர்ச்சி இயற்கை தரும்மலர்ச்சி
சொந்த மலர்ச்சி சுவைமலர்ச்சி பொருள்மலர்ச்சி
என்று பலவாறாய் இனம்பிரித்தால் பொருள்தெரியும்!

சங்கம் அறிவீர்கள்; 'படமல்ல' தமிழ்ச்சங்கம்!
அச்சங்கம் காத்து ஆய்ந்தறிந்தார் காலத்தே
இருந்ததமிழ் ஒன்று; இவற்றைத் தமிழ்வேறு
முன்னைத் தமிழின் முதல்மலர்ச்சி எவ்வாறு
பேசுகின்ற குரலாகி, பின்னர் எழுத்தாகி,
கன்னிப்பெண் அமர்ந்ததுபோல் 'க'வாகி காலையிலே
உடல்பயிலும் வாலிபனின் உருவம்போல 'ங'வாகி
சமர்க்களத்து வாள்போல் 'ட'வாகி ஒவ்வொன்றும்
ஒவ்வோர் இனமாகி உருவான தாய்மொழிக்குத்
தொல்காப் பியன்நாளில் தொடங்கிற்று முதல்மலர்ச்சி!
சங்கத் தொருமலர்ச்சி, தமிழ்முறையில் மறுமலர்ச்சி
சிலம்பில் ஒருமலர்ச்சி—சின்னாள் துயின்றபின்னர்
கம்பன் தமிழ் கனிந்த மறுமலர்ச்சி
மேலும் மலர்ந்து விளைந்தபொருள் வளர்ந்ததனால்
இன்றிருந்த மன்றத்தே இன்னுமொரு மறுமலர்ச்சி
தோன்றிற்று; இன்னும் தோன்றும்; கருகாது!

கவியில் மறுமலர்ச்சி காட்டினார் போன்றுதமிழ்
உரையில் மறுமலர்ச்சி உண்டாக்கச் சிலர்பிறந்தார்!
பரிமே லழகர் பழந்தமிழின் பின்புவந்த
பாவலர் தம் தமிழுரையும் பாக்குக் கடிப்பதுபோல்
பல்லை உடைத்தாலும் பழகச் சுவைமணக்கும்!
அந்தத் தமிழை அப்படியே மெலியவைத்து
எளிய தமிழாக்கி எல்லாருக்கும் தந்தவன்யார்?
பாரதியார்! ஆமாம் பழகுதமிழ் அவன்தமிழே!

இன்று தமிழை இன்சுவைநீ ரோடுதல்போல்
எழுதுவதும் பேசுவதும் எல்லார்க்கும் கைவரலாம்!
அன்றிந்த நாட்டில் அழகுதமிழ்க் கொடியைத்
தினமும் மலரவைத்த திறமைக்கு நன்றி செய்வோம்!
திரு..வி.க., சுந்தரனார், சிதம்பரனார் தம்மோடு
பரிதிமாற் கலைஞனையும் பாராட்ட வேண்டுமின்று!

இந்தத் தமிழறிஞர் ஈந்த மறுமலர்ச்சி
எழுத்தினிலே சுவையாகிப் படிப்பதற்கும் எளிதாகி
மலர்ந்ததுபோல் மேடையிலே மலர்ந்த தமிழுமுண்டு!
சரஞ்சரமாய், அழகழகாய், தண்ணீர்போல் ஓடிவரும்
மேடைத் தமிழை விதைத்தார் ஒருமனிதர்
தண்ணார்ந்த பூந்தமிழை மேடைக்கே தந்தவர்யார்?
அண்ணா துரைஎன்றால் அணுவளவும் குற்றமில்லை!
தட்டுகிறான் தம்பி, அவர் தலைவரென நான்நம்பி
வளர்ந்திருந்த காலத்தை மறக்கவில்லை, பாடிவிட்டேன்!

மேல்சாதி, கீழ்சாதி மேல்வருணம் கீழ்வருணம்
கருமம் தலைஎழுத்து கடவுள் வகுத்தவிதி
சாத்திரங்கள் வேதம் சாதிச் சழக்குரைகள்
காளி கருப்பாயி காட்டேறி மாரியம்மன்
மூளி முனியாயி முள்ளரக்கன் துலுக்காணம்
ஆண்டிருந்த உலகத்தில் ஆர்ப்பரித்துப் போர்தொடுத்து
சமுதாய மறுமலர்ச்சி தந்தார் ஒருதலைவர்
நூற்றுக்கு நூறிதிலே வேற்றொருவர் பங்குகொள்ள
ஏலாது) அவரே எம்தந்தை பெரியாராம்!
அன்னார் வளர்த்த அறவழியே நாட்டவரில்
எல்லார்க்கும் எல்லாமும் இட்டார் ஒருதலைவர்
சங்கூதும் பூசாரி சட்டசபை நுழையவைத்தார்
சலவைத் தொழிலாளி சமதர்மம் கோரவைத்தார்
தாழ்ந்தோரும் மந்திரியாய்த் தலைநிமிர்ந்து
வாழவைத்தார்
தன்வரைக்கும் ஏதுமிலாச் சன்யாசி அத்தலைவர்
இன்றிந்தப் பாரதத்தை ஏற்றிப் பிடித்திருக்கும்
தன்னிகரில் லாத்தலைவன் தமிழ்க்காம ராசரவர்
அரசியல் மறுமலர்ச்சி ஆக்கிவைத்த வேந்தரவர்!
தொழிற்சங்க மறுமலர்ச்சி தோற்றுவித்த மாத்தலைவன்
ஜீவா எனச்சொன்னால் ஜீவன் சிலிர்த்து நிற்கும்!
தமிழன் பெரியவன்தான் தலைநிமிர்ந்து சொல்கின்றோம்
நாட்டில் மறுமலர்ச்சி நாட்டுவார் தம்மிடையே
நாமே அதிகம்! இதை நானிலமே வாழ்த்திநிற்கும்!

(12–11–64இல் காரைக்குடி அழகப்பா கல்லூரியில் நடைபெற்ற கவியரங்கில் தலைமை ஏற்றுப் பாடிய முன்னுரை.)

மேடும் பள்ளமும்

வாயுடையார்க் கெல்லாம் வார்த்தைதரும்
                              வண்டமிழே!
சேயுடையார் வீட்டிற் செழித்துவரும் செந்தமிழே!
நேயக் கல்வி மயக்கத்தில் நெஞ்சுருக
மாய விழிக்காரி வண்ணக் கனிஇதழில்
முத்த மிடும்போதும் மூழ்கித் தனைமறந்து
சத்த மிடும்போதும் சங்கொலிக்கும் என்தமிழே!
சித்தத்தே நினறென்னைச் சீராட்டும் தென்மொழியே!
பிள்ளை வணக்கம்!

O

           பேரவையின் அரங்கத்தே
உள்ளந் தலையாக ஓங்கும் அவைத்தலைவ!
பாடுங் குலத்தீர்! பாடற் குரல்வணக்கம்!

தென்றலையே தங்கள் சீதனமாய்க் கொண்டுவிட்ட
கோவை நகரத்துக் குலமகளிற் கூந்தலைப்போல்
மேகம் விளையாட விளையாடும் பொருள்கேட்டு
அழுகின்ற செல்வத்தின் அஞ்சனப்பூ விழியிருந்து
வழிகின்ற கண்ணீர்போல் மழைத்துளிகள் விழுந்தோடச்
சில்லென்று காற்றடிக்கும் திருக்கோவை நகர்தனிலே

சொல்லொன்று பொருளொன்று சுவையொன்
றெனும்படிக்குக்
கவிபாட வந்தோரைக் காணவந்த பெரியோரே!

மரியாதைப் பண்பும் மனங்கனிந்த வரவேற்பும்
வருவோரை விருந்தாலே வாழ்விக்கும் பெருங்குணமும்
கொண்டோரைக் கொண்ட கோவையில்நாம்
கூடியுள்ளோம்!
கவிஞர்களுக் கேற்றநகர்! காதலருக் குகந்தநகர்!
தொழில்தேடி வருவோர்க்குத் துணையான
கோவைநகர்!
கொங்குமக்கள் உள்ளம் கோயிலிலே பிறந்தஉள்ளம்!
காவுண்டார் போர்க்களத்தில்! களங்கண்டார்
சரித்திரத்தில்!
பாவுண்டார் இலக்கியத்தில்! பழியுண்ட
தில்லையவர்!
மாவுண்டு பரியுண்டு மானுண்டு தேனுண்டு
கோவுண்டு குடியுண்டு குடிகாக்கும் கொடியுண்டு!
பாலுண்ட போதே பகிர்ந்துண்ட தமிழுண்டு!
போர்வந்த காலத்தே புறம்போய்ப் பதுங்காது
காவுண்ட தாலே கவுண்டரெனும் பெயருண்டு!
இவைகொண்ட நகரத்தே என்தலைவன் தத்துவத்துச்
சுவையுண்டு! மக்கள் சமதர்மத் தோற்றமுண்டு!
முதலாளிச் சாதிக்கும் இதுதான் முதல்நகரம்

பாட்டாளி மக்கட்கும் இதுதான் பரந்தஇடம்!
இந்த இடத்தே இந்தியரின் முதற்கட்சி
கூட்டுகின்ற மாநாடு குறிப்பறிந்த மாநாடே!

அன்றொருநாள் எந்தன் அகத்தே படுக்கையிட்டுத்
தென்றலுக்கு மின்சார விசிறி திறந்துவிட்டு
சாய்ந்து கிடந்தேன்! மக்கள் சமதருமத்
தத்துவத்தைப் பற்றித் தனியே நினைத்திருந்தேன்!
காசென்றாற் பொருளென்றும் காசென்றார் குற்றமென்றும்
சொன்ன தமிழின் சுவையைச் சுவைத்திருந்தேன்!

உள்ளோர்க்கும் இல்லோர்க்கும் ஊடேமுளைத் தெழுந்த
பள்ளத்தை மாற்றி, பசிக்கொடுமை ஒருபக்கம்
செல்வ மொருபக்கம் தேங்கும் நிலைபற்றி
எண்ணிக் கிடந்தேன்! இருகைகள் என்முகத்தைத்
தழுவுவது கண்டு சற்றேஇமை திறந்தேன்!

அங்கே,
கழுத்து முதலாகக் கால்வரைக்கும் ஒருசீராய்ப்
பருத்திருக்கும் என்மனைவி பக்கத்தில் நின்றிருந்தாள்!

நானும்,
முதலாளித் தத்துவத்தை முழுவடிவில் பார்த்ததுபோல்
அதிசயமாய்ப் பார்த்தேன்! "ஏன்கண்ணா அப்படிநீ
புதிதாகப் பார்க்கின்றாய்? புன்னகைஏன் புரிகின்றாய்?
அழகாநான்! என்ன ஆச்சரியப் பார்வைஇது!

சொல்"லென்றாள்!

"ஏடி! சொல்கின்றேன்; பெண்ணென்றால்
இப்படித்தான் என்றோர் இலக்கணமென் தமிழிலுண்டு
இடைசிறுத்தும் மேல்விரிந்தும் இடையின்கீழ் ஓரளவு
வளைந்தும் நடைமெலிந்தும் மயக்கும் கழுத்தளவு
எட்டு விரற்கடையும் இருப்பதுதான் அழகென்று
கட்டித் தமிழில் காரிகையர் இலக்கணத்தைப்
பற்றிப் படித்தேன், ஆனால்என் பைங்கிளியே!
கழுத்தே உனக்கில்லை! காலுக்கும் மேலுக்கும்
இடைவெளியே இல்லாமல் இப்படிநீ வளர்ந்தாயே!
அங்கங்க ளெல்லாம் அவையவைதம் மனம்போல்
வளர்ந்துகொண்டே போவதற்கு வரம்புகட்ட
                                    வேண்டாமா?
இடையைக் கொடிஎன்ற இலக்கியத்தை பழிக்காதே;
கழுத்தைச்சங் கென்றுசொன்ன காவியத்தை
                                    இகழாதே!
இவ்வளவு மார்பென்றும் இவ்வளவு கண்ணென்றும்
பெண்ணளவைப் பற்றிப் பேரளவு எழுதிவைத்த
கம்பன் உனைக்கண்டால் காவியமா பிறந்திருக்கும்?
இளங்கோ உனைக்கண்டால் எழுத்தா வளர்ந்திருக்கும்?
அவரென்ன, நானும் அவர்குலத்துக் கவிஞனடி!
மெல்லியளார் அழகினையான் விரித்துவைத்த
                                    கவிதைகளைச்
சொல்லாத வாயிலையே! தோகைப் பெருஞ்சிலையே
கண்போகும் தூரம்மட்டும் உன்மேனி காட்சிதந்தால்
கற்பனைக்கு மறுகாட்சி காண்பதற்கு வழியேது!

அங்கேபார் அங்கே அடுத்தகத்து அன்னத்தை!
காய்ந்த அவரைக் காய்போன்ற மேனியைப்பார்!
இங்கே உனக்கு இடையே தெரியவில்லை!
அங்கே அவளுக்கு இடையென்றே அங்கமில்லை!
காலில்லை கையில்லை கண்ணில்லை கழுத்தில்லை
தோலும் எலும்பன்றித் துள்ளஒரு சதையில்லை
முந்தாநாள் வாங்கிவந்த முருங்கைக்காய் கால்முளைத்து
வந்ததனைப் போல வாடுகிறாள் பார்! நீயோ
சந்தையிலே வாங்கிவந்த சாதிப் பரங்கிக்காய்
உயிர்கொண்டு வந்ததென உருண்டுதிரண்டு விட்டாய்!
நீயும்பெண் அவளும்பெண் நினைவிலே மாற்றமில்லை
நோய்அங்கே சதைஇங்கே! நூறுமுறை உண்பதனால்
வீங்கும் உடல்இங்கே! விளக்கிலே எண்ணெய்வற்றிப்
போன ஒளிபோலப் பொலிவிழந்த முகம்அங்கே!
இதுதானா பெண்ணை இறைவன் படைத்தவிதம்?"
என்றேன்! அழுதுவிட்டாள்! "என் கண்ணே
அழாதேடி!
உன்னைநான் சொல்லவில்லை! உள்ளோர்க்கும்
இல்லோர்க்கும்
தலைவன் பிரிந்துரைத்த தத்துவத்தை நானுரைத்தேன்!
வீங்குகின்ற செல்வம் வீங்குவதும் ஆபத்து!
ஏங்குகின்ற நெஞ்சம் ஏங்குவதும் ஆபத்து!
அங்கம் பருத்துவிட்டால் அழகுக் கலைகளுக்கே
பங்கம் வருவதுபோல் பணமும் ஒருபக்கம்
சேர்ந்துகொண்டே போனால் சீரான சமுதாயம்
அழகிழந்து போகுமடி! அதனால்தான் என்தலைவன்

தென்பாண்டி நாட்டுச் சிவகாமி பெற்றமகன்
மேட்டை உடைத்துப் பள்ளத்தில் விடுவதென
நாட்டுக்கோர் தத்துவத்தை நாட்டக் கிளம்பிவிட்டான்!
இருப்பவர்க ளெல்லாம் இப்பொழுதே கொண்டுவந்து
கொடுப்பார்க ளானால் குற்றத்தை மன்னிப்போம்!
கொடுப்பார்கள், கொண்டுவந்து கொடுக்கவில்லை
என்றாலோ
எடுப்பார்கள்; உட்புகுந்து எடுப்பார் வெகுவிரைவில்!
மந்திரங்கள் போட்டாலும் மறைத்துப் பதுக்கிவைத்துத்
தந்திரங்கள் செய்தாலும் சாணக்யர் தலைமையிலே
சுந்தரங்க ளெல்லாம் தோள்தட்டி நின்றாலும்
சமதர்மப் போருக்குத் தப்பிவிட முடியாது!
இருவேறு வர்க்கம் இனிமேல் கிடையாது!
ஏழைக்கு வாழ்வு! எல்லார்க்கும் ஒருவீடு!
ஆளுக்கு இவ்வளவு ஆதிக்கம் எனும்படிக்கு
மாரிவரும் காலம்! மாறத்தான் வேண்டும், இதில்
சாவுவரும் என்றாலும் சமுதாயம் துணிந்துவரும்!
இந்தத் தலைமுறையில் இதனை முடித்துவைப்போம்!
செந்தமிழன் மக்கள் சேனைப் பெருந்தலைவன்
காமராஜ் ஆணையிட்டால் கடல்போல் படைமோதும்
முதலாளிக் கெச்சரிக்கை! முதலாளி பின்செல்லும்
கூலிப் படைகளுக்கும் கொடிதூக்கும் தம்பிகட்கும்
எச்சரிக்கை ஈது! இனிமேல்நம் தாயகத்தில்
கம்பன் உரைத்த கவிதைப் பொருள்போல்
'இல்லாரும் இல்லை; உடையாரும் இல்லை!' இது
என்பாடல் அல்ல! மக்கள் இதயமிது.

(18–6–65இல் கோவையில் நடைபெற்ற மாவட்டக் காங்கிரஸ் கமிட்டி மாநாட்டில் பாடியது.)

நாடாரை நாடினேன்

கைமேற் களிபடைத்துக் கருணை மழைபொழிந்து
மைவார் குழற்கன்னி மனம்போற் கவிகுதித்து
நெய்வாசமாக நிறைந்த சபை மணக்கச்
செய்வாயே! என்னைச் சீராட்டும் செந்தமிழே!
வைவாரை வாழ்த்தும் மகளிர் குலவிளக்கே!
ஒல்காப் பெரும்புகழை உன்னால்யான் பெற்றுவர
நல்காய் வரம்! உனக்கு நல்லமகன் வணக்கம்!

O

வானந் தவறிடினும், வாய்த்த குலமகளிர்
மானந் தவறிடினும், வள்ளற் குலத்தோரின்
தானந் தவறிடினும், தமிழ்படித்த ஆசிரியன்
ஞானந் தவறிடினும், நாள்தவறாமல் தமிழைத்
தேனென்று வாரித் திகட்டா தளித்துவரும்

ஆனந்த வாரி! ஐயன் திருமுருகன்
வேலை வணங்குவதே வேலையெனக் கொண்டுவிட்ட
சோலை இளங்காற்றே ! சொல்லுக்குச் சொல்சுவையை
மாலையெனத் தொடுக்கும் வண்ணத் தமிழ்க்கடலே!
மக்கள் தலைவன் மனம்பாடும் திருச்சபையில்
தக்க தருணத்தே தலைமைகொள வந்தவனே!
வாரியார் தந்தாலும் மலர்ந்த முகம்காட்டி
நேரியாய் எந்தன் நெஞ்சின் அருள்வணக்கம்!

தக்கன் புரிந்த தவம்போலத் தாயகத்து
மக்கள் குலம்வாழ மாத்தவமே புரிகின்ற
கக்கன் எனும்எங்கள் கருணைத் திருமுகமே!
சிக்கல் அறியாத தெளிந்த மனத்தவனே!
துலங்கும் திருச்சபையைத் துவக்கும் மனத்தினையான்
வணங்குவேன் ஐயா! வாழ்க மலர்ந்தமுகம்!

பாடும் பறவைகளே! பசியாற வந்தவரே!
ஆடற் கணிகையர்தம் அன்னக்காற் சிலம்பொலியை
நாடுங் கலைஞர்களில் நானும் ஒருவனெனப்
பாடும் பொருளைப் படைத்தார்! பணித்தபடி
மேடையிட்டேன்; அவ்விதமே மேவும் சமதருமப்
பாடலை யான்பாடப் பரம்பொருளை வேண்டுகிறேன்!

அன்றொருநாள் சீதை அசோகப் பெருவனத்தே
நின்றதுபோல் நானும் நின்றேன் ஒருவனத்தே!
தென்றல் தவழ்ந்துவந்து தேன்மலரிலே மோதிச்
சென்று திரும்பிஎந்தன் தேகத்தையும் தழுவி
நன்றிஎதிர் பாராமல் நடந்ததனைக் கண்டிருந்தேன்!
பூக்களிலே தேனைப் போயெடுக்கும் பலகோடி
ஈக்களிலே என்தலைவன் எண்ணத்தைப் பார்த்திருந்தேன்!
ஏறுமிடம் ஏறாது இறங்குமிடம் நோக்கிவரும்
ஆறுபிறர்க் கென்றே அலைவதனைக் கண்டிருந்தேன்.
தான்பழுத்த மாங்கனியைத் தனக்கென்றே கொள்ளாது
மானிடருக் காக்கும் மாமரத்தைப் பார்த்துநின்றேன்!
வேகும் அடுப்பினின்றும் விளைந்துவரும் புகைபோல்
மேகம் பெருகிவந்து வேகாத குடிசைகளைப்
பார்த்தழுத கண்ணீரே மல்கும் மழைத்துளியாய்
வீழ்வதனைப் பார்த்து வியப்பில் கவிழ்ந்திருந்தேன்!

இரைதேடும் வேளையிலும் எல்லாம் தமக்கென்று
சேர்த்துப் பதுக்காமல் தினக்கடமை முடிக்கின்ற
குருவிகளைப் பார்த்துக் கூறுமொழி கேட்டிருந்தேன்!
நாக்கை மனமாக்கி யாவும் தமக்கென்றே
யாக்கை வளர்க்கும் ஆதிக்கச் செல்வர்களின்
போக்கை நினைத்தபடி போகின்ற பாதையிலே
காக்கைகளைக் கண்டேன்; கல்யாண வீடுகள்போல்
கூடியிருந் துண்ணும் கோலத்தைப் பார்த்திருந்தேன்!
அங்கே சமுதாயம் அத்தனையும் சமதர்மம்!
பங்கிட்டு வாழுவதும் பகுத்துண்டு தேறுவதும்
அங்கேயான் கண்டேன்! அப்படியே திரும்பிவந்து
மானிடரைப் பார்த்தேன்! மாளிகைகள் பலபார்த்தேன்!
கூனிக் குறுகிக் குடிசையிலே வாழ்ந்திருக்கும்
பாவிகளைப் பார்த்தேன்! பட்டமரத் தோல்போல
ஆவி எலும்புக்குள் அடைபட்டுக் கிடப்பதையும்
சாவங்கே வந்து சமதர்மம் கேட்பதையும்
கண்டேன்; கண்ணீரில் கண்ணை மறைத்துவிட்டேன்!
ஆன்மாவைச் சிறையிட்டு அடைத்துக் கிடத்திவிட்டு
மேல்மாடிக் குள்ளே வீங்கிக் கிடப்பாரை,
ஊன்போட்டு வைத்த ஒதியமரம் போல்வாரை,
தழைக்குந் தொழிலெலாம் தன்தொழிலாய்க்
கொண்டவரை,
உழைக்கும் இனத்தை ஓடாக்கி விட்டவரை,
பிறக்கும் பொழுதே பிறர்பொருளைக் கொள்ளையிட
நினைத்துப் பிறந்தாரை, நெஞ்சென்றே ஒன்று
இல்லாமலே வந்து இல்லம் புகுந்தாரை
அன்னைக் கருவில் அடைபட்டுக் கிடக்கையிலே
கள்ளத் தனமாகக் கணக்கெழுதி முடித்தாரை
ஊரார் பசிதீர்க்கும் உற்பத்திப் பயிர்களது

வேரை அழிக்கும் விஷப்பூச்சி போன்றாரைக்
கண்ட மனத்தோடு கடவுளிடம் நான்போனேன்!
“இறைவா நீதான்இந்த இருவேறு சமுதாயம்
படைத்தாயா” எனக்கேட்கப் பரம்பொருளைத்
தேடிநின்றேன்!
ஆலயத்து வாசலிலே அசையாமல் நின்றிருந்தேன்
ஆராய்ச்சிப் பெருமணியை அசைத்தேன்! ஒருவன்வந்து
“யாரென்றான்; பேர்சொன்னேன்!
“ஆகாநீ அவன்தானா
கடவுளையே திட்டிக் கவியெழுதி வந்தாயே
அவன்தானேநீ” என்றான்!
“ஆமெ”ன்றேன்! “இப்பொழுது
ஆண்டவனை நாடிவர அவசியமேன்?”
எனக்கேட்டான்!
“புரியாத தத்துவத்தின் பொருள்விளங்க வந்தேன்யான்
இறைவனிடம் என்னை இட்டுச்செல்வாய்!” என்றேன்.
“தெரியாதா என்னை? திரும்பிப்பார் எனைக்கொஞ்சம்
மரியாதை செய்தால் வாசல்திறக்கு” மென்றான்!
‘சரிதான்! மரியாதைத் தரகரெலாம் எமையாளும்
இறைவனையும் விடவில்லை!” என்றெண்ணி
அவன்பக்கம்
நீட்டினேன்; நீட்டியபின் இறைவன் நிலவறையைக்
காட்டினான் நந்தி! கடவுளிடம் சென்றேன்யான்.
பாதிஉறக்கத்தில் பரம்பொருளார் படுத்திருந்தார்;
கோதிக் குழல்முடித்த கோதை உமையவளும்
ஆதிப் பொருளின் அருகினிலே வீற்றிருந்தாள்!
என்கால டியோசை இருவரையும் பிரித்துவைக்கத்
தங்கண் திறந்தார் தக்கன் மருமகனார்;
“வந்திருப்பதார்” என்றார் “வளருந்தமிழன்” என்றேன்.

"மந்திரியா" என்றார்; "மந்திரிக்கு நண்பன்" என்றேன்.
"என்னகதை சொல்" என்றார்; "இறைவா! நின்
 படைப்பினிலே
ஏற்றம் இறக்கம் ஏன்படைத்தாய் சொல்" என்றேன்!
கூற்றம் புகுந்த குடிபோலத் தேவன்முகம்
மாற்றம் அடைந்ததனை மனத்தாலே யான்அறிந்தேன்.
"ஆற்றாத நெஞ்சோடும் ஆலயத்தே வந்துவிட்ட
கவிஞனே கேள்! இந்த காசினியை நான்படைத்துப்
பல்லாயிரம் ஆண்டு பறந்தோடிப் போனதனால்
எல்லாம் தடுமாறி இருந்துவந்த நிலைமாறிப்
போனதடா! இந்தப் பொல்லாத கேள்வியைநீ
என்னிடத்தில் கேட்காதே! எப்போதோ ஒருமனிதன்
காசென்ற ஒன்றைக் கண்டு பிடித்தானே
அவனைக்கேள்! நெஞ்சில் ஆசை வளர்த்தானே
பேராசைக்காரப் பித்தன் அவனைக் கேள்!
மூலத்தில் நான்வித்து! முளைப்பதற்கு நான்பொறுப்பு!
முளைப்பதெல்லாம் ஒருகரமே அறுப்பதற்கு
 யார்பொறுப்பு?
உடலுஞ் சதையும் உதிரமும் எலும்புகளும்
எல்லார்க்கும் ஒன்றாய் எடுத்துக் கொடுத்தேன்யான்
வீங்கியது யார்பொறுப்பு? விளைவுக்கா
 நான்பொறுப்பு?"
என்றான் இறைவன்! "என்னபரம் பொருளே!
தலையெழுத்து என்றொன்றைத் தலைவன்நீ
 எழுதியதாய்க்
கூறுவதன் பொருளென்ன? கூறெ"ன்றேன்.
 கொற்றவனார்
ஏறிட்டுப் பார்த்தார்! "எழுத்தா! நான் எழுதியதா?
எழுதினேன் எழுதினேன் எல்லாம் சமமென்று

எழுதினேன்! மாற்றி எழுதியவன் யாரெ"ன்றான்!
நான்கேட்ட கேள்வியையே நாயகன் என்னிடம்
கேட்டான்
மயங்கினேன்! "தேவா! வழியென்ன, சமுதாயம்
சீராக வாழச் செய்வதற்கு வழிஎன்ன?
சொல்!" என்றேன்! "தம்பி! சொல்கின்றேன் வா!
அங்கே
பாண்டிய நாட்டுள்ளே மதுரைப் பதியிருந்து
பதினாறிரு கல்லிற் பட்டியுண்டே அறிவாயா?
கருதுவார்க் கெல்லாம் கைகொடுக்கும்
நிலைகொண்ட
விருதுபட்டி என்றே விளங்கும்; அப்பட்டியிலே
பிறந்தார் ஒருவர் பிள்ளைக்குணம் படைத்தார்!
அவர்,
சொத்து சுகம்நாடார்! சொந்தந் தனைநாடார்
பொன்னென்றும் நாடார்! பொருள்நாடார்! தான்பிறந்த
அன்னையையும் நாடார்! ஆசைதனை நாடார்!
நாடொன்றே நாடித்தன் நலமென்றும் நாடாத
நாடாரை நா"டென்றார்! நாடினேன்; கேள்விக்குக்
காணாத பதிலையான் கண்டேன்! சமுதாயம்
ஒன்றே போல்வாழ உருவான திருச்சபையின்
தலைவனிடம் சேர்ந்தேன்! ஜனநா யகத்தோடு
சமதர்மம் பூத்துத் தழைக்கும் வழிதேர்ந்தேன்!
புதிராக நின்று போயதெலாம் போயொழிய
எதிர்காலம் கண்டேன்! என்தலைவன் தத்துவத்தைப்
பாடினேன்! வாழ்க; பாண்டியனார் நந்நாட்டு
என்தலைவன் வாழ்க! எல்லாரும் நனிவாழ்க!

(15–7–65–இல் திருச்சியில் நடைபெற்ற தலைவர் காமராசரின் 63–ஆவது பிறந்ததினக் கவியரங்கில், திருமுருக கிருபானந்த வாரியார் தலைமையில் பாடியது.)

நட்புறவு

அன்னை தமிழே அழகுப் பெருநிலவே!
உன்னை வணங்குகிறேன் உயிர்தமிழே நீவாழ்க!
பழக்குலைபோல் புன்னகையும் பண்பாடும் பழஞ்சிறப்பும்
படிந்துவந்த திருவுருவம் பழகவரும் நல்லமனம்
வழக்கறிஞர் மோகன் மனைத்தேவி கல்யாணி
முயற்சியினால் தோன்றும் முதல்மாநா டாதலினால்
அவர்க்கும் பெருவணக்கம்! ஆறாகப் பாய்ந்துவரும்
அன்புக்குப் பேர்போன அவைத்தலைவ!
வணங்குகிறேன்.

ஆன்ற சபைகூடி அமர்ந்திருக்கும் பெரியோரே!
வால்காவில் கங்கை வளர்த்த உறவுபற்றிப்
பாடிமுடித் தோரே, பயன்கருதா நல்உறவின்
மேன்மை உணர்ந்தோரே! வீரன் ஜவாகர்லால்
விளைத்த பயிர்இன்று வேர்பழுத்த பழமாகி
உண்ணத் தெவிட்டாமல் ஊறுஞ் சுவையாகி
எண்ணச் சலிக்காத இளமைக் கருத்தாகி
மண்ணிற் பிறந்துவிட்ட மக்கள் அனைவருக்கும்
ஏற்ற பொருளாகி எல்லாரும் எல்லாமும்
நாடும் வழியாகி நடப்பதனை நாமறிவோம்!

இந்தியா-ரஷ்யா இடையே ஒருகதவும்
இல்லாமற் போன இணைப்பைநினைத் தொருநாள்
வெள்ளிநிலா முற்றத்தில் விழிதிறந்து சாய்ந்திருந்தேன்
துள்ளும் இயற்கை தூங்காமல் காற்றடித்து
மெல்ல எனைத்தழுவ மெய்சிலிர்க்கும் வேளையிலே
சல்சல் எனஒலித்த சலங்கைஒலி கேட்டுவிட்டேன்!
'இல்லாளோ அன்றி எவ்வுறவும் இல்லாளோ
வந்தவள்யார்' என்றறிய வாசல்வழி பார்த்திருந்தேன்!
கல்லிலே நாணயத்தைக் கவிழ்த்துவிட்ட பாவனைபோல்
மெல்லச் சிரிக்கும் சிரிப்பே மிதந்ததன்றி
வந்தமுகம் காண வழியில்லை! 'வந்தவள்தான்
குமரியோ அன்றிக் கூனல் நரைவிழுந்த
கிழவியோ' என்றறியக் கிளர்ந்தமனம் மெதுவாக
"யாரங்கே?" எனக்கேட்க, "ஐயா கவிமகனே!
ஏனிந்த வேகம்? எதற்கிந்தப் பெரும்மோகம்
வருகிறேன்" என்றொருத்தி வந்தாள் இடைகுலுங்க!
வந்தாளா! இல்லை வட்டநிலா வானத்தே
தவழ்வதுபோல் தவழ்ந்து வந்தாள்! தாலாட்டுக் கேளாமல்
கால்கை உதைக்கின்ற களிமழலை போலவந்தாள்
அடடா! அவளை அழைக்கஒரு வார்த்தையில்லை!
இதுவரையில் புவிபார்த்த இளம்பெண்கள் யாவருக்கும்
மதுவெடுத்துக் கொடுத்தவள்போல் மயக்கும் பருவமகள்
கத்தி அரிவாள்போல் புருவம் கவிந்திருக்கச்
சுத்தி விழியாற் சுழற்றிஎனை யடித்தாள்!
மதுச்சுவையில் தோய்ந்தெழுந்த மாகவிஞன் ஆங்குவந்த
புதுச்சுவையில் வீழ்ந்து போதையிலே ஆடிவிட்டான்!

யாரென்றும் கேட்கவில்லை யாருக்கு யார்என்னும்
உறவும் புரியவில்லை! உட்கார்ந்த நிலையினிலே
பார்த்தவிழி பார்த்தபடி பசிமறந்து சாய்ந்திருந்தோம்
கன்னி இதழ்திறந்தாள்: "கவிஞனே! என்கதையைச்
சொல்கின்றேன் கேள்!" என்றாள்: சொன்னாள்!

"என்தாய் என்னை
ஏழைவயிற் றில்இருந்து பெற்றாள்! பெற்றவுடன்
கோழைமனத் தையெல்லாம் குமுறிவெடிக்க வைக்கும்
தீயாக என்னைச் சிறகடித்துப் பறக்கவிட்டாள்!
கோபுரத்துப் பொருள்எடுத்துக் குடிசையிலே
போட்டுவிட்டு
வாமகளே என்றாள்! வஞ்சிக்கப் பட்டவரை
வஞ்சீ! எழுப்பிவிட்டு வாஎன்றாள்! வாயொழுகக்
கூழுக் கழுவோரைக் குத்திக் கிளப்பிவிட்டு
காசுக் கழுவோரைக் காட்டிவிட்டு வாஎன்றாள்!
மேட்டை இடித்துவிடு! மெல்லியலே தனியுரிமைக்
கோட்டை தகர்த்துவிடு! குடிகெடுக்கும் குள்ளநரிக்
கூட்டத்தை ஒன்றாய்க் குழிதோண்டி மூடிவிடு
இத்தனையும் செய்யத்தான் என்மகளே யான்உன்னைப்
பெற்றேன் எனஉரைத்தாள் பெண்ணாகப் பிறந்தஎனை!
ஆண்வேட மிட்டு அனுப்பிவைத்தாள்! அவ்வளவே
ஏங்கல்ஸின் இதயத்தை எனக்காக ஏங்கவைத்தேன்
மார்க்ஸின் மனதில் மணமகளாய்க் குடியிருந்தேன்
தீயின் சிவப்பைஎன் சேலைநிற மாகவைத்தேன்
தேசங்கள் தோறும்என் சீடர்களைப் போகவிட்டேன்
உள்நாட்டில் கோடி உறவினரைத் தேர்ந்தெடுத்தேன்
அறிவாளா இவள்பணத்தின் ஆழத்தை அறிவாளா?

அறிவாளா எங்கள் அதிகாரம் அறிவாளா?
அறிவாளா? எனக்கேட்டோர் ஆணவத்தை வேரறுக்க
அரிவாளால் சின்னமிட்டேன்! அதற்குங் கலங்காத
கொடியோர் மரத்தலைகள் கூறாகப் பிளந்துவிட
அடிப்பதற்குச் சுத்தியையும் அதன்நடுவே
போட்டுவைத்தேன்
தொடக்கம் வெகுமயக்கம் தோள்கொடுக்கத் தோழர்பலர்
சர்வாதி கார ஜார்மன்னன் கண்களுக்குத்
தப்பாதோர் பல்லோர் சாவூர் அடைந்துவிட்டார்
அப்போதும் நாங்கள் அறிவை இழக்கவில்லை!
பொருள் குவிப்போர் தங்களது போகப்பொருளாக
மாறிச் சுகங்காண மனத்தை திறக்கவில்லை!
போராடிப் போராடிப் புரட்சி நெருப்பினிலே
நீராடி நீராடி நிற்கும் இடத்திலெல்லாம்
பிணங்கள் விழப் பார்த்தும் பேடித்தனத் தினிலே
விழவில்லை; அந்த வீரத்தால் அன்றொருநாள்
வால்கா நதிக்கரையின் வஞ்சமிலா மக்களெலாம்
ஏழைக்கே நாடென்று இதயக்குரல் கொடுத்தார்!
என்கரத்தால் செங்கொடி ஏற்றிப் பறக்கவிட்டார்
இன்று வரைக்கும் இழையும் பிழையாமல்
வாழ்கின்றார்! எந்தன் மாதாஎனக் குரைத்த
ஆணையினை! நானும் அழகாய் முடித்துவிட்டேன்!
'அவ்வளவேநா'னென்றாள்; அதிசயத்தால் மெய்ம்மறந்து
மூச்சு விடக்கூட முனைப்பின்றி நானிருந்தேன்!
பார்த்தால் வயதோ பதினாறு! பாவிமகள்
வாழ்க்கை வயதுக்கோ வரையில்லை! சிரித்தபடி
'என்னதான் உன்வயது?' என்றேன் அவள்சிரித்து
'எண்பத்துநான்கெ'ன்றாள்! 'என்னடி! எம்நாட்டில்
சினிமா நடிகையர்க்கும் தெரியாத வித்தையினை

எங்கேடி கற்றாய்?' என்றேன். அவள்சொன்னாள்:
'உடலுக்கு வயதாகும் கவிஞனே! உள்ளிருக்கும்
உணர்ச்சிக்கு வயதில்லை! உணர்ந்துகொள்! உயர்வான
தத்துவங்கள் என்றும் தழைத்துக் கனிந்தாலும்
பருவம் முதிராது! பார்எந்தன் மேனியினை!'
அவ்வளவே! நானும் அதிசயத்தை முடித்தபடி
'பாரதத்தைத் தேடிநீ பறந்துவரக் காரணமென்
சொல்'லென்றேன்! சொன்னாள்! 'என்தூக்கத்தில்
அன்றொருநாள்
வெள்ளை முகமும் வியக்கவைக்கும் புன்சிரிப்பும்
பிள்ளைக் குணமும் பெருந்தன்மை நாணயமும்
கொண்டொருவன் வந்தான்! 'கோதாய்நீ என்னுடைய
கங்கைக் கரையில் காலெடுத்து வை' என்றான்.

அவன்,
கோடிப் பொருளைக் கொட்டிக் குவித்தவனாம்!
மாடியிலே தாலாட்டும் மஞ்சத்தில் சீராட்டும்
பார்த்து வளர்ந்தவனாம்! பாதிக்கப் பட்டவரைத்
தூக்கி நிமிர்த்திவிடச் சுயநலத்தை மறந்தவனாம்!
நேரும்துய ரெல்லாம் நேரட்டும்! தாய்நாடு
சோரம் போய்வாழத் துளியும் சகியேன்என்(று)
ஆரம்பமான அடிப்படையில் நடந்த வனாம்!
என்னை அழைத்தான்! இளமயிலே சமதர்மம்
திரிவேணி சங்கமத்தைத் தேடிவா என்றழைத்தான்
வந்தேன்; நான்வந்து வருடம்பதி னேழில்
அழைத்து வந்தமன்னன் ஆயுள்முடிந் ததையா!
என்செய்வேன்! துயருற்றேன்! இனிமேல் எனக்கிங்கே
இடமில்லை என்றே எண்ணிக் கலங்கிவிட்டேன்

முதலாளிக் கூட்டத்தின் முன்கரத்தில் ஆடுகின்ற சதிகாரர் என்னைச் சாய்ப்பார் எனஅஞ்சிப் புறப்பட்டேன்! அப்போது போகாதே என்றென்னைத் தடுக்கும் குரல்கேட்டேன்! தயங்கினேன்
நின்றுவிட்டேன்'
என்றாள், நான் ஆவலொடும், 'ஏடி! அவன்யார்சொல்' என்றேன்! 'சொல்கின்றேன்! இதயத்தில் அவன்உருவம் படம்போல் நிற்பதனால் படம்போட்டுக் கூறுகின்றேன் முக்கால்கைச் சட்டை முழம்நான்கு பழம்வேட்டி வழுக்கைத் தலையில் வட்டமிடும் மயிர்க்கால்கள் பொல்லாத கண்கள் பொருள்நிறைந்த குறுஞ்சிரிப்பு சொல்லாமற் சொல்லும் சுவையான மழலைமொழி. ஆகட்டும் பார்க்கலாம் என்பானாம் ஆனாலும் ஆகும் வரைக்கும் பார்ப்பானாம்! அந்தமுகம் நாவல் பழம்போல் நன்றாகக் கருத்திருக்கும் நாவில் வருஞ்சொல்லில் நல்ல கருத்திருக்கும் அன்னவனே என்னை அடைக்கலமாய்க்
கொண்டுவிட்டான்'
என்றாள்! நான் 'ஏடி! இது! அவனிடத்தே மயங்கிவிட்டாய் போலும்! மறைக்காதே சொல்'
என்றேன்!
"உண்மைதான்! அந்த உள்ளத்தை உருவத்தைக் காதலிக்கின் றேன்' என்றாள்! 'கல்யாணம்
செய்வதற்கும்
நாள்பார்க்கப் போகிறேன் நான்' என்றாள்
நான்சொன்னேன்:

'பாவிமகளே! பார்த்துச் செய்! தூக்கத்தில்
குறட்டை அதிகம்வரும்! கோபத்தின் போதுமட்டும்
கொடுமை இருப்பதில்லை! குலமகளே! எம்தலைவன்
ஏற்றவன்தான் உனக்'கென்றேன்! இளையமகள்
மெதுவாக
வால்கா முதல் கங்கைவரைக்கும் தொடர்ந்துவந்து
காவேரி நதியினிலும் கண்வைத்து முடித்துவிட்டாள்!
வால்காவில் லெனின் கங்கைவளத்திலே காந்திமகான்
வால்காவில் ஸ்டாலின் கங்கையிலே வல்லபாய்படேல்
வால்காவில் குருஷ்ஷேவ் கங்கையிலே நேருவந்தான்
கோசிஜினை வால்கா கொண்டுவந்த வேளையிலே
கங்கைநதிக் கரையில் காமராஜ் எழுந்துநின்றான்
ஒருநோக்கம்! ஓர் உள்ளம்! ஒன்றேபோல் சிந்தனைகள்
பண்பாடு யாவும் பாரதமும் ரஷ்யாவும்
கொள்ளும் உறவின் குறிப்பாகும் இவ்வுறவு!
வெள்ளத்தால் அழியாது வெந்தணலால் வேகாது
கள்ளக் கறுப்புக் கண்ணாடிக் கண்களுக்குள்
சாயாது, சாயாது! சரித்திரமே! தாயகமே!
கூடப் பிறந்தகுணம் போலச் சேர்ந்துவிட்ட
எங்கள் உறவு எப்போதும் வளர்ந்திருக்கும்!
வெட்டவரும் கைகளையாம் வெட்டுவோம்!
மெல்லவந்து
ஒட்டவரும் நண்பர்களும் உணர்ந்து தெளிவடைக!

(சென்னை, தேனாம்பேட்டை காங்கிரஸ் மைதானத்தில் நடைபெற்ற 'இந்திய–சோவியத் பண்பாட்டுக் கழக' முதல் மாநாட்டுக் கவியரங்கில் பாடியது.)

ஓயாத் தேனீ!

மங்கலச் செல்வி! மாத்தமிழ்த் தேவி!
சங்கந் துலங்கிய தனிப்பெரு மாட்டி!
அங்கயற் கண்ணியின் அரியா சனத்தே
ஐயந் தெளிந்த அறப்பேர் அன்னாய்!
சிங்கத் தமிழர் சிரத்தே யமர்ந்து
செங்கோ லோச்சும் செவ்விய தாயே!
மங்கையர் கற்பும் மனையறப் புகழும்
பொங்கும் கவிதை பூத்தபூங் காவே!
பாவிலே வாழும் பாமரக் கவிஞன்
தலைநிமிர்ந் தென்னைச் சபைகொள வைத்தோய்!
நாவிலே நின்று நடஞ்செயும் தாயே!
தலைகவிழ்த் துந்தன் தாளை வணங்குவன்!

O

தமிழக முதல்வர் தமிழரின் முதல்வர்
அமைதி வடிவம் அடக்கத் திருவுரு
பிறந்த நாளைப் பெரும்புகழ்ச் சேனை
சிறந்த நாளொடுஞ் சேர்த்து விழாச்செய
நினைத்த நெஞ்சே! நேரமும் நினைப்பும்
கட்சிக்கே யெனக் கண்ணிமைக் காது
நேர்த்த முறையில் நிகழ்த்தும் சாரதி!
பார்த்த சாரதி! பணியில் பணிவில்
அன்ன முண்ணாமலே அயரா துழைக்கும்
சின்ன அண்ணாமலை! சிறப்புறும் சேவை!

இன்று,
பக்தர் பிறந்தநாள்! படைஞர் திருநாள்!
சக்தி முற்றும் தாயக வாழ்வுக்(கு)
ஆக்கிய முதல்வர் அரும்பணி கூறுநாள்!
அவர்,
காஞ்சிக் கோபுரக் கலசம் போலக்
குன்றாப் புகழார்! குறையாச் சேவையர்
நாஞ்சில் தமிழின் நயமொழி வல்லார்
நல்லஉள் ளத்தர்! நற்குடி மகனார்!
சட்டம் ஒழுங்கின் சரிதம் அவரே!
சைவம் வைணவம் சங்கமமாகும்
சமயப் பெருங்கடல்! சட்டமன் றத்தே
வழக்கிடு வோரை மடக்கும் அதிபதி
நிர்வா கத்தில் நிழலும் அஞ்சிட
கட்டுப் பாட்டைக் காத்து வளர்த்தவர்
தாமதம் அவரைத் தழுவிய தில்லை!
ஓயாத் தேனீ! ஓவ்வோர் ஊரையும்
நேரே அறிந்து நிலையினைக் கண்டவர்!
ஆறாண்டு வெள்ளையர் அருஞ்சிறை வைத்தும்
நூறாண்டு வாழ நோற்ற தவத்தார்!
குடி - படை மானம் கொற்றம் அமைதி
காப்ப தொன்றே கடனெனக் கொண்டவர்!
விடைபெற்றுப் பகைவன் விலாவை நொறுக்கும்
படைஞர் குடியின் பாதுகா வலர்அவர்!
அவரை வாழ்த்துதல் அறத்தை வாழ்த்துதல்!
அன்பை வாழ்த்துதல்! அமைதியை வாழ்த்துதல்,
வாழ்க முதல்வர்! வாழ்கநம் சேனை!

(திரு. பக்தவத்சலம் அவர்கள் 69–ஆவது பிறந்தநாள் விழாக் கவியரங்கில்)

ஓ! தியாக தீபங்களே!

அன்னையின் நாட்டைப் பகைவர்கள் சூழ்ந்த(து)
அறிந்ததும் தங்கடன் ஏற்றுத்
தன்னையீன் றாளத் தாயையும் காதல்
தாரமும் ஒருவழி நீத்து
முன்னையெந் நாட்டின் முனைந்துவந் துற்றார்
முகத்திரை கிழிப்பனென் றார்த்து
இன்முகங் காட்டி எழுந்தனிர்க் கெங்கள்
இதயத்தின் உருகிய வாழ்த்து!

பனிமலை மீதும் படர்ந்தவெங் காட்டுப்
பக்கமும் கால்படப் பாய்ந்து
மனிதருள் தெய்வம் வடிவுடைத் தென்றே
மானிலம் உவப்புறச் சாய்ந்து
புனிதமென் தாயின் பூமுகம் மலரப்
போயினீர்! பாரதப் புதல்வீர்!
தனியொரு நெஞ்சம் தானுள வரைக்கும்
தம்மருந் தியாகமே பாடும்!

வெண்மணற் காட்டிற் செம்புலந் தோன்ற
வீழ்ந்தநும் குருதியின்மீதும்
புண்படும் போதும் புன்னகை வழுவாப்(ப்)
புறப்புகழ்த் தன்மையின் மீதும்
மண்படும் போதும் மானமே துணையாய்
மடிந்தநும் மேனியின் மீதும்
பண்படும் எங்கள் பாரதத் தெய்வம்
படர்ந்தொளி வீசிடப் பார்த்தோம்!

மணவறைக் கோலம் மறையு முன்னாலே
மாண்டவர் செய்தியும் கேட்டோம்
மக்கள்தம் மழலை மலரு முன்னாலே
மடிந்தவர் செய்தியும் பார்த்தோம்
தணல்படுங் காதல் தலைப்படு முன்னே
சாய்ந்தவர் புகழையும் கேட்டோம்
தாயரே! அன்னார் தந்தையீர்! உங்கள்
தாள்களில் தலைபட வைத்தோம்!

வெற்றிமேல் வெற்றி விரைவது கேட்டு
மெய்சிலிர்ப் புற்ற அவ்வேளை
பற்றிலே பாசப் பரப்பிலே அன்பின்
பனியிலே நனைத்த அக்காலை
சற்றுநான் உங்கள் தாயொடுந் தந்தை
தம்மையே பாடினேன்! அன்னார்
பெற்றதே பிள்ளை! பிறவெலாம் வீட்டிற்
பெருஞ்சுமை யன்றிவே றில்லை!

இறப்பிலே வாழும் எம்மருங் குலமே,
இன்றும் பெயரிலோர் சபதம்!
பெறப்படும் இன்பம் பெரிதென எண்ணாப்
பெருமனம் ஊர்பெறச் செய்வோம்!
புறப்புகழ் ஒன்றே புதல்வருக் காக்கும்
புதுமனம் சீர்கொள வைப்போம்!
அறப்பெரும் பூமி அடிமையா காமல்
அணைக்கரைக் கல்லெனச் சாய்வோம்!

கைக்கொரு கருவி கதையிலும் வீரம்
கலையிலும் போர்எனும் முழக்கம்
மெய்க்கொரு கவசம் வீரரின் சரிதம்
வீட்டிலே நாட்டினுக் கியக்கம்!
மைக்கருங் கண்ணி மனதிலும் நாட்டின்
மயக்கமே மாபெரும் மயக்கம்
வைப்ப தல்லாது மற்றுமோர் எண்ணம்
மறப்பிலும் யாம்பெற மாட்டோம்!

நண்பரிற் கயவர் நம்பெருந் தன்மை
நயமறி யாதஅம் மாக்கள்
கண்பறித் துண்ணக் காத்துநிற் கின்றார்
கடல்கடந் தவரெலாம் கூடி
உண்பதற் கேதும் உதவிசெய் யாமல்
ஒழிப்பது சுலபமென் றெண்ணி
மண்புகழ் மானம் மடிமிசை வைக்க
வருந்துகின்றார்! அறி வறியார்!

ஒருபகல் சோற்றை ஒதுக்குவோம்! தாயின்
உயர்புகழ் ஒன்றையே கொள்வோம்!
வருபகைக் குருதிச் சுவையிலே எங்கள்
மனப்பசி யாவையும் தீர்ப்போம்!
கருவறுத் தவரைக் காலடி மிதித்துக்
கண்மணிக் கொடியினை ஏற்றித்
திருப்பெயர்க் காவல் செய்வதே யன்றிச்
சிறுதுளிக் களங்கமும் ஏலோம்!

ஒன்றுதான் தேசம்! ஒன்றுதான் சிந்தை!
ஒன்றுதான் நாம்சொலும் வார்த்தை!
ஒன்றுதான் நோக்கம்! ஒன்றுதான் பார்வை!
ஒன்றுதான் நாம்செலும் பாதை!
இன்றுநான் சொன்னேன்; இப்பெருந் தியாகம்
ஏற்பவர் யாவரும் மக்கள்;
அன்றிஒரு நாட்டை அழிப்பவர் மாக்கள்
அந்நியக் கள்ளியின் பூக்கள்!

(1965இல் திரு. பக்தவத்சலம் அவர்களின் 68ஆவது பிறந்த நாளை ‘படைவீரர் தின’மாகக் கொண்டாடி நடத்திய கவியரங்கில், படைவீரரைப் பற்றிப் பாடியது.)

கவியரங்க முன்னுரை

கதிர்வெடித்துப் பிழம்புவிழக்
கடல்குதித்துச் சூடாற்ற
முதுமைமிகு நிலப்பரப்பின்
முதற்பிறப்புத் தோன்றிவிட
நதிவருமுன் மணல்தருமுன்
நலம்வளர்த்த தமிழணங்கே!
பதிமதுரைப் பெருவெளியில்
பாண்டியர்கை பார்த்தவளே!

நின்னையான் வணங்குவதும்
நீஎன்னை வாழ்த்துவதும்
அன்னை மகற்கிடையே
அழகில்லை என்பதனால்
உன்னை வளர்த்துவரும்
ஒண்புகழ்சேர் தென்புலவர்
தன்னை வணங்குகிறேன்
தமிழ்ப்புலவீர் வாழியரோ!

O

கருத்தழியச் சொல்தேயக்
கடுநோயில் தமிழ்வாடப்
பொறுத்தருளும் பண்புடைய
புலவர்களால் நோய்பெருக

வருத்திவரும் உயிர்க்கொல்லி
    வடமொழியே என்றார்ந்த
மருத்துவரே! மாராச
    மாணிக்கப் பெரும்புலவீர்!

கொன்றப் புலிவாயின்
    கொடும்புலியின் மாலையுடன்
நின்றக் குடியெல்லாம்
    நிழல்போலத் தேய்ந்தாலும்
இன்றக் குடிவழியில்
    இயற்றமிழின் முறையார்ந்த
குன்றக் குடிப்பெரியீர்,
    குமரனுக்கும் தமிழ்தருவீர்!

செட்டி தமிழுலகில்
    திறமாகக் கண்டதெலாம்
வட்டி எனநிலவும்
    வன்சொல்லை நீக்கி, வளங்
கொட்டிப் பிறந்த
    குடிப்பிறந்த தமிழ்கற்றுத்
தொட்டில்போற் கல்லூரி
    துலக்குமணி வாசகனே!

யார்வல்லீர் என்றெழுந்தே
    ஆர்த்தசிவன் கேட்டாலும்
நாம்வல்லோம் என்றுவரும்
    நக்கீரன் வழிவழியில்
சீர்வல்ல பாண்டியனின்
    திறம்வல்ல பேரேற்ற
நாவல்ல என்தோழ!
    நலம்வல்ல நெடுஞ்செழிய!

எடுத்தாள நாடொன்றும்
 இல்லாத காரணத்தால்
எழுத்தாள ரானவரே!
 எமையாளும் காவலரே!
கொடுத்தாளக் குவிந்துள்ள
 கொஞ்சுதமிழ்ப் பாவலரே!
அடுத்தார்க்கே அஞ்சலெனும்
 அருமதுரைப் பொதுமக்காள்!

பூவாடு மென்று
 புறமொதுக்கி முத்தமிடும்
மூவாத முல்லை
 முறுவலினார் காதலிலே
பாவாட விட்ட
 பாண்டியனார் பொன்னாட்டில்
நாவாடத் துணிகின்ற
 நாயேனை மன்னிப்பீர்!

கூடல் என்முன்னோர்
 குறிப்பிட்ட நன்நகரில்
கூடியுள்ளோம் இன்றுநாம்
 கூடலுக்கும் பொருள்தந்தோம்!
வாடும் புலவோர்கள்
 மன்னர்மணி மண்டபத்தே
கூடலால் இந்நகரைக்
 கூடலெனச் சொன்னாரோ?

வாடல் துளியின்றி
 மலர்க்காட்டில் காதல்செய்து
ஊடல் புரிந்து
 உளம்மகிழ்ந்து நற்பொழுதில்

கூடும் குலமாதர்
குணமறிந்து வைத்தாரோ?
பாடும் தமிழைப்
பயில்கின்ற வைகைநதி
கூடிக் குளிக்கவரும்
கோதையர்கள் மேனியினைக்
கூடலால் சொன்னாரோ?
கொற்றவர்கள் வீதியிலே
சீனத்துப் பட்டும்
சிங்களத்துத் தேக்குகளும்
கானக் கருவிகளும்
கடல்வயிற்று மாமணியும்,
தஞ்சைப் பயிர்வகையின்
தானியமும், ரோமர்களின்
குத்தீட்டி கத்திகளும்
கொல்லத்துச் சர்க்கரையும்,
அரபுக் குதிரைகளும்
யானைகளும் விற்பனைக்குக்
கூடியதால் இந்நகரே
கூடல்என் றார்த்தாரோ?
இல்லை தமிழ்ப்பெரியீர்,
இல்லை!நா மெல்லாரும்
இன்றுவந்து கூடிடுவோம்
என்பதனால் கூடலென்றார்!

சேரத்தான் தலைநகரை
வஞ்சியெனச் செப்பியவர்
தெரியாமல் சொன்னாரே?
திரையெடுத்த போர்ப்புயலில்

ஆடவர்கள் எல்லாரும்
அழிந்ததனால் பொன்போலும்
எழிலான பாவையரே
எங்கும் நிறைந்ததனால்
வஞ்சியரே வாழ்ந்த
மன்னன் தலைநகரை
வஞ்சிஎன உரைத்தாரோ?
மனவிருந்து வைத்தாரோ?
உறையும் இடமின்றி
ஓடிவரும் கதியற்றோர்
உறைவதற்கே இடந்தந்த
உறையூரோ சோழநகர்?
தஞ்சங் கொடுத்தழிந்த
தன்மையினால் ஒருநகரம்
தஞ்சைஎனப் பெயரிற்றோ?
தாயின் வயிற்றிருக்கும்
கருவும் பகையறுக்கும்
களவலியாய் ஒருநகரம்
கருவூராய் ஆனதுவோ?
கல்லெழுத்தாய் நின்றதுவோ?
சொற்கள் அனைத்தும்
பொருள்குறிக்கும்என முன்னோர்
சொன்னதுதான் பொய்யோ?
தூய தமிழ்மொழியில்
பூவைப்போல் பெண்ணென்றே
பூவைஇவள் என்றுரைத்தார்!
பாவைத்த பாவனையால்
பாவைஇவள் எனப்பகன்றார்!

மையலுக்கும் மானிடர்க்கும்
 மைவிழியாம் ஊசியினால்
தையல்போட் டார்தம்மைத்
 தையல் எனக் குறித்தார்!

கலக்கும் இருள்விரட்டி
 விளக்கும் ஒளிப்பொருளை
விளக்கென்றார்! காதல்
 விளங்கவரும் புதியவர்கள்
பயிலாத வித்தைக்குப்
 பள்ளியாய் அமைந்ததனால்
படுக்கையினைப் பள்ளியெனப்
 பக்குவமாய்ச் சொல்லிவைத்தார்!

சமாதி என்பதனை
 மாலையீ டெனஉணர்த்தும்
தமிழ்வார்த்தை உண்டென்றே
 என்தமிழர் அறியாரோ?
இழப்பதனால் சாவை
 இழவென்றார்! மணம்போல்
இழைவதனால் திருமணமென்
 றெழிலான சொல்வடித்தார்!

எழுத்தடுக்கிச் சொல்லும்
 சொல்லடுக்கி வார்த்தைகளும்
வார்த்தைவழிப் பொருளோடு
 வாக்கியமும், வாக்கியத்தில்
ஆக்கியதோர் இலக்கியமும்
 அழகுசெயும் இலக்கணமும்
வகுத்த தமிழ்நிலமே!
 வந்தவரை வாழ்த்தியதால்

அழிந்த பெருநிலமே!
    அண்ணனொடு தம்பியரும்
நிறைந்த தனிவாழ்க்கை
    நேராமல் மாற்றாரின்
காலடியில் வீழும்
    காலத்தை மாற்றிவிடப்
பாண்டியனார் சந்நிதியில்
    கூடியுள்ள பாவலரே!

மறவர் திருநாட்டில்
    மண்ணெல்லாம் சிவப்பாகக்
காண்பதனை எண்ணிக்
    கருத்தறிய முயன்றீரோ?
செங்குருதி வீழ்ந்து
    செந்நிறமாய் ஆனதொரு
காரணந்தான் என்றாலும்
    கடல்கடந்த தமிழ்மாந்தர்
எழுதுகின்ற ஓலை
    எழுத்திலுள்ள குருதியெல்லாம்
வீழ்ந்து சிவந்ததுதான்
    மிகப்பெரிய காரணமாம்!

ஆமாம், தமிழ்ப்பெரியீர்!
    அருட்பாண்டி நன்னாட்டில்
தண்ணீர் பழுப்புநிறம்!
    தரையெல்லாம் சிவப்புநிறம்!
கண்ணிறைந்த மக்கள்
    மனமெல்லாம் வெள்ளை நிறம்
மண்வாழ மழைபொழியும்
    மேகந்தான் கருப்புநிறம்!

மறவர்குல வீரர்களின்
 திருவுள்ளம் பசுமையென்பேன்!
இத்தகைய நாட்டில்
 இன்றுநாம் எல்லாரும்
ஏற்பதொரு சபதம்:
 "என்தமிழை அழிப்பாரை
துண்டாக வெட்டித்
 தூளாக்கி உரமாக்கி
வண்டாடும் பூமலர
 வைப்போம்" என்பதுதான்!

அன்புப் பெரியீர்! உம்
 அடிவணங்கி முன்னுரையை
அணைக்கின்றேன்! தமிழ்வாழ்க!
 அன்னை புகழ்வாழ்க!

(1957ஆம் ஆண்டு மதுரை தமிழ் எழுத்தாளர் மாநாட்டில் தலைமை ஏற்றுப் பாடியது.)

அழுகை

யாப்பிலாப் பாட லேனும்
    யார்தரும் கவிதை யேனும்
மாப்பலாப் போல எண்ணி
    மடியிலே வாங்கிக் கொண்டு
காப்பிலாத் தமிழர் நெஞ்சில்
    காலமெல் லாமும் வாழும்
மூப்பிலாத் தமிழே! உன்னை
    முதன்முதல் வணங்கு கின்றேன்!

O

வாய்மையின் கருவாய் இஸ்லாம்
    மார்க்கத்தின் வடிவாய் இந்துத்
தாய்மையின் அறிவாய் வாழும்
    தலைவனே! ஷெரீப் அண்ணால்!
ஆய்பொருள் அறிந்த மைந்த!
    அன்புசால் கவியே! நெஞ்சின்
தூய்மையைத் தலையிற் காட்டும்
    துறைவனே வணங்கு கின்றேன்!

அழுகையில் படம்பார்ப் போரை
    அழவைக்கும் நடிக வேந்தே!
விழுமிய பொருளை யெல்லாம்
    விழிகளில் காட்டும் மன்னா!

எழுகடற் புவியில் நீயே
    எட்டாவ தாக வந்து
எழும்கலைக் கடலாய் நின்றாய்!
    இனியனே வாழ்த்து கின்றேன்!

தொழுகையில் தொடங்கி அந்தத்
    தொடர்ச்சியின் ரசத்தில் ஒன்றாம்
அழுகையைப் பற்றிப் பாட
    அழைத்தனர் என்னை! நன்றாய்
அழுதவன் ஆத லாலே
    அனுபவம் அதிகம்! இங்கே
அழுகையைப் பற்றிப் பாடும்
    அருகதை எனக்கே உண்டு!

பிறப்பிலும் அழுதேன்! வந்து
    பிறந்தபின் அழுதேன்! வாழ்க்கைச்
சிறப்பிலும் அழுதேன்! ஒன்றிச்
    சேர்ந்தவர் சிலரால் சுற்று
மறைப்பிலும் அழுதேன்! உள்ளே
    மனத்திலும் அழுதேன்! ஊரார்
இறப்பிலே அழுவதெல்லாம்
    இதுவரை அழுது விட்டேன்!

கன்றெனக் கிடந்த நெஞ்சம்
    கனலெனக் கொதித்துக் கல்வி
மன்றென வாழ எண்ணும்
    மனிதனை எரிக்க, வந்த
தென்றலும் விசிறி வீசத்
    தீயவர் எண்ணெய் ஊற்ற
'இன்று நீபாடு!' என்றால்
    எதைப்பற்றிப் பாடுவேன் நான்!

ஆமையின் உள்ளூ றுப்பை
    ஆமையே அறியும்; ஏழை
ஊமையின் துயரை அந்த
    ஊமையே அறிவான்; இன்று
நாமகள் துணையாய் வந்து
    நாவிலே நின்றா ளேனும்
தீமையே கண்ட நெஞ்சம்
    சிரிப்பையா பற்றிப் பாடும்!

அழுவதை ஊரார் கண்டு
    ஆறுதல் சொல்வார் என்றே
விழிகளில் கண்ணீர் வைத்தான்
    வியத்தகு இறைவன்! நானோ
மொழிகளில் அழுகின் றேன்வாய்
    மூச்சினில் அழுகின் றேன்என்
விழிகளில் கண்ணீர் காய்ந்து
    விட்டது என்ப தாலே!

சீசரைப் பெற்ற தாயும்
    சிறப்புறப் பெற்றாள்! இன்று
நாசரைப் பெற்ற தாயும்
    நலம்பெற பெற்றாள்! காம
ராசரைப் பெற்ற தாயும்
    நாட்டிற்கே பெற்றாள்! என்னை
ஆசையாய் பெற்ற தாயோ
    அழுவதற் கென்றே பெற்றாள்!

ஏதடா கவிஞன் நெஞ்சில்
    என்னதான் துயரம் என்றே
வாதிட வேண்டாம்! நானே
    வாங்கிய நோயின் வேகம்

மோதுவ தாலே இன்று
முழுமையும் அழுகைப் பாட்டு!
தூதுபோய்த் தீரும் என்றால்
துயரத்தைச் சொலமாட் டேனா?

தொட்டபின் பாம்பு என்றும்
சுட்டபின் நெருப்பு என்றும்
பட்டபின் உணர்வதே என்
பழக்கமென் றான பின்பு
கெட்டவன் அழுகை தானே
கெடுவதை நிறுத்த வேண்டும்;
பட்டபின் தேறல் தானே
பட்டினத் தார்கள் வாழ்வு!

உள்ளோர் உணர்ச்சி, ஆங்கே
உட்புலத் ததிர்ச்சி, கண்கள்
வெள்ளமென் றாகும் இந்த
வேதனை மௌன கீதம்!
கள்ளெனும் வெறியில் கண்கள்
முள்ளென வந்து கண்ணீர்
கதகதப் பாக, வார்த்தை
மூழ்குதல் ஒலிக்கும் கீதம்!

அன்புக்கோ இருவர் வேண்டும்
அழுகைக்கோர் ஒருவர் போதும்!
இன்பத்துக் கிருவர் வேண்டும்
ஏக்கத்துக் கொருவர் போதும்!
துன்பத்தைத் தனிமை யாக(ச்)
சுவைப்பது போலே வாழ்வில்
இன்பத்தைச் சுவைப்ப தில்லை;
இயற்கையின் சட்டம் ஈது!

பாசத்தின் முடிவு துன்பம்
 பயந்தவன் முடிவு ஈனம்
மோசத்தின் முடிவு தோல்வி
 முயற்சியின் முடிவு வெற்றி;
நாசத்தின் முடிவு நன்மை
 நரகத்தின் முடிவு சொர்க்கம்
ஆசையின் முடிவு ஏக்கம்
 அழுகையின் முடிவே ஞானம்!

கண்ணீர்விட் டழுதால் நெஞ்சில்
 கவலைகள் தீரும், கொஞ்சம்
தண்ணீர்விட் டாலும் காய்ந்த
 பூங்கொடி தழைத்தல் போலே!
வெண்ணீல மான கண்ணில்
 விழுகின்ற அருவி யோடு
உள்ளீரம் வெளியில் வந்து
 உள்ளத்தின் மென்மை காட்டும்!

கண்வழி சொரியும் உப்பு
 கடவுளால் வருவ தல்ல!
மண்வழி வரலாம்! பெற்ற
 மகன்வழி வரலாம்! சேர்ந்த
பெண்வழி வரலாம்! செய்த
 பிழைவழி வரலாம்! பெற்ற
நண்பர்கள் வழியிலே தான்
 நான்கண்ட கண்ணீர் உப்பு!

இன்றுநான் அழுதேன்! ஊமை
  ஏக்கத்தால் அழுதேன்! ஏழைக்
கன்றுபோல் அழுதேன்! ஆனால்
  கவிதையில் அழுதேன்! இந்த
மன்றத்தில் அழுத என்னை
  மறுபடி அழவைக் காமல்
சென்றுவா தமிழே! நாளை
  திரும்பவும் சந்திக் கின்றேன்!

(4—10—67இல் சிவாஜி கணேசன் பிறந்த நாளை யொட்டி, தேனாம்பேட்டை காங்கிரஸ் மைதானத்தில் நடைபெற்ற 'நவரச கவியரங்'கில் கவி. கா.மு. செரீப் தலைமையில் பாடியது.)

4

அரசியல்

கபிலர்

எண்ணம்

'அச்சத்தைநீக் கென்னும் சொற்கள் சின்ன
 அறிவறியாக் குழந்தைக்கு மட்டுமல்ல;
'இச்'சென்னும் மரப்பல்லி ஓசை கேட்டு
 இடுப்பொடியும் முதியோர்க்கும் சொன்ன
 சொல்லாம்!

அச்சத்தின் கையணைவில் வாழ்ந்து தேர்ந்தே
 அறிவென்னும் பொருள்கெட்ட மாந்தர், வாழ்க்கை
உச்சத்தை அடைந்ததில்லை என்ப திந்த
 உலகத்து வரலாறு காட்டும் பாடம்!

'நமைப்பற்றி உலகென்ன சொல்லும்? அந்நாள்
 நடை முறையை மீறிநாம்செல் லலாமா?
இமைகொட்டா திருப்போர்நம் புதுமை கண்டால்
 இழிப்பார்கள்; பழிப்பார்கள்; ஏசு வார்கள்!'

என்றெண்ணிப் பழம்பாதைப் பயணம் போவோர்
 இருப்பதிலும் சாவதுதான் மேலாம் என்பேன்!
நன்றென்பார் என்கருத்தை அறிவுள் ளோர்கள்
 நாயென்பார் மதியிழந்தோர்! கவலை இல்லை!

போற்றுபவர் போற்றட்டும்; புழுதி வாரித்
 தூற்றுபவர் தூற்றட்டும்; தொடர்ந்து செல்வேன்!
ஏற்றதொரு கருத்தைஎன துள்ளம் என்றால்
 எடுத்துரைப்பேன்; எவர்வரினும் நில்லேன்; அஞ்சேன்.

சாக்காடே எதிர்நோக்கி வருவ தேனும்
 சதிகாரர் சூழ்ச்சியெனை வதைக்கு மேனும்
தேக்காதென் தனிப்போக்கு! மேலும் மேலும்
 திடப்படுமே யல்லாது குறையா தென்பேன்!

ஆயிரமாய்த் தொல்லைகளை வாழ்விற் கண்டேன்
 அடுக்கடுக்காய் இன்னல்களை அணைத்தும் நின்றேன்
ஆயினுமென்? அச்சத்தால் உயிர்விட் டேனா?
 ஆகட்டும் பார்ப்போம் என் றெதிர்த்துச் சென்றேன்!

அச்சத்தை நீக்கியதால் உயிர்வாழ் கின்றேன்!
 ஆனந்தம் தோள்தழுவப் பூரிக் கின்றேன்!
மிச்சத்தைப் பின்சொல்வேன்! ஒன்றே யொன்று
 வேஷத்தை மோசத்தை எதிர்த்தே நில்லு!

எழுகவே!

எழுகவே! எழுகவே! எழுகவே!
எண்ணிறந்த வயது கொண்ட
இளைய பாரதம் நிமிர்ந்து   ...எழுகவே

கண்ணி ரண்டும் பகையை நோக்கிக்
கனல் பறக்க எழுகவே!
கையி ரண்டும் கருவி ஏந்திக்
களம் முடிக்க எழுகவே!
விண்ணி ரண்டு பட்ட தென்று
வீறு கொண்டு எழுகவே!
வெள்ள மென்று விளைஞர்கோடி
உள்ள மொன்றி எழுகவே!   ...எழுகவே

உழவர் கைக்குத் துணை புரிந்து
பயிர் வளர்க்க எழுகவே!
ஒன்று தேசம் ஒன்று என்று
உரிமை கொண்டு எழுகவே!
தொழில் வளர்த்து வறுமை நீக்கித்
துயர் துடைக்க எழுகவே!
தோன்றும் செல்வம் பொதுமை யாக்கத்
தோள்கள் தட்டி எழுகவே!   ...எழுகவே

தமிழெ டுத்து உலகை வெல்லும்
தலைமை காக்க எழுகவே!
தர்மம் யார்க்கும் ஒன்று என்ற
தலைவன் வாழ எழுகவே!
அமைதி நாடி அமைதி நாடி
அறம் வளர்க்க எழுகவே!
அறம் வளர்த்துப் புகழ் படைத்த
அன்னை வாழ எழுகவே!   ....எழுகவே

(26-5-66இல் சென்னையில் நடைபெற்ற முதல் 'இளைஞர் பேரணி'க்காக எழுதப்பட்டது.)

சுதந்தரம் என்ன....?

பாராய் பைங்கிளி! பாரத நாட்டின்
வீர சுதந்தரம் விளைந்த பயிர்களை!
நீரும் வளமும் நீண்டு கிடக்கும்
நிலமும் தொழிலும் நிறையும் மக்கட்
பேறும் பாராய்! பிறர் பணி செய்தே
பேதைய ராகிப் பேடிய ராகிப்
பிச்சைக் காசுக் கிச்சகம் பேசிக்
கூனிக் குறுகிக் குழைந்து வளைந்து
கொத்தடி மைத்தனக் கோல மடைந்து
மான மழிந்து மதியு மிழந்து!
வாழ்வும் சாவும் ஒன்றென வாழ்ந்து
ஊன்பொதி தூக்கி உயிர்க் கூடாகிப்
போனவர்க் கெல்லாம் புதுப்பா லூட்டி
மானிட ராக்கி மானங் கொடுத்து
வளைந்து விழுந்த எலும்பை நிமிர்த்தி
நானும் மனிதன் நாடாள் வேன்எனக்
கூறச் செய்த கொடியினைப் பாராய்!

எண்ணும் உரிமை எழுதும் உரிமை
ஏசும் உரிமை பேசும் உரிமை
கண்ணும் மனமும் கதவு திறந்து
காணும் உரிமை காட்டும் உரிமை!

மூவே ழானால் மூடர் தமக்கும்
வாக்கு வழங்கும் மாப்பே ருரிமை!
இருக்கும் உரிமை: இவைபோ தாதென
எரிக்கும் உரிமை! இனத்தை இனமே

அரிக்கும் உரிமை! அனைத்தும் தந்தும்
உழைக்கும் உரிமை உணரா மனிதர்
உள்வீட் டுள்ளே உலக நியாயம்
பேசிக் கிடக்கும் பேதமை பாராய்!

நிதந்தரும் வயலில் நீரோடா விடில்
சுதந்தரம் வந்து சோறு போடுமா?
மாடு படுத்து மயங்கி விழுந்தால்
மணிக் கொடிவந்து வயலில் இறங்குமா?
உழுங்கா லத்தே உறங்கி விழுந்தால்
அறுவடை நாளில் அரிசி தேறுமா?
தத்தங் கடமை தாமுண ராமல்
சத்தம் போட்டால் சாப்பா டாகுமா?

கட்டுத் திண்ணையில் கால்கள் மடக்கிக்
கவுளி வெற்றிலை கடித்துக் குதப்பிச்
சட்டம் பேசிச் சரித்திரம் பேசி
ஜான்சன் முதலாய் ஜவாகர் லால்வரை
விமர்சனம் செய்யும் வெள்ளை வேட்டி
வேதாந் தத்தில் வேதனை தீருமா?

குற்றம் மக்கள் குணத்தில் அன்றி
அரசில் இல்லை! அனைவர் மனமும்
ஒருசேரா விடில் உயர்வும் இல்லை!
வண்டி மாடுகள் வழியிற் பிரிந்தால்
வண்டி கிடக்கும் மாடுதான் நடக்கும்!
வறுமை நாட்டில் வந்ததேன்? மக்கள்
உரிமைத் திமிரால் உழைக்கா ததுதான்!

ஆள்கின் றவனை ஆளவி டாமல்
போகின் றவனைப் போகவி டாமல்
முன்னே ஒருவன் முட்டியி லடித்தும்
பின்னே ஒருவன் பிடரிபி டித்தும்
ஜனநா யகத்தைச் சகதி யாக்கினால்
தொழிலா வளரும்? தொல்லையே வளரும்!

'என்ன சுதந்தரம் எதற்கிது வந்தது
என்ன தந்தது எல்லாம் துயரம்
அந்நியன் ஆண்ட அக்கா லத்தே
ஆறு பாலாக அளந்து கொடுத்தது
மண்ணே பொன்னாய் மாறி விளைந்தது
வந்த சுதந்தரம் வறுமையே தந்தது'
என்று முழங்கும் இளித்த வாயரும்
அலுப்பர் சலிப்பர் அத்தனை பேரும்
சுதந்தரம் என்பதே சோற்றுப்பானை யென்(று)
எண்ணிக் கிடப்பதை என்னெனச் சொல்ல?

'அமெரிக் காவும் அர்ஜன் டைனா
சுவிட்ஜர் லாந்தும் சோவியத் நாடும்
பிரிட்டன், ஜெர்மன், பிரான்சு, இத்தாலி
ஆஸ்தி ரேலியா அனைத்தும் பார்த்தேன்!
அடடா! அருமை! அதுபோல இங்கே
எதுவும் இல்லை!' என்பார்! ஆங்கே
ஒவ்வோர் உயிரும் உழைக்கும் அழகைப்
பாரா மல்தான் பாரதம் திரும்பினார்!

ஜப்பான் நாட்டில் தரித்திரம் இல்லை
காரணம் அங்கே காலா டாமல்
உண்டுண் டுறங்கும் உலுத்தர்க ளில்லை!
கள்ள வாணிகம் கடத்தல் பதுக்கல்
ஊரை அடித்தே உலையிற் போடும்
பேர்வழி இல்லை! பெருமை அதுவே!

ஜனநா யகமும் சராசரி மனிதன்
அலட்சிய மதியும் அரசியல் வாதியும்
குறையாய்ப் பிறந்து குறையாய் வளர்ந்து
தங்கை கொண்டே தங்கண் தாக்கித்
தாயகக் குறையைத் தலையிற் சுமந்து
வேற்று நாட்டிலே விற்கும் வீணரும்
ஒழுங்கு பெறாத உரிமைகளுந் தான்
காரணம் இன்றையக் கவலைக் கெல்லாம்!

நாடுமுன் னேற நலங்கள் பெறுக
வேண்டு மென்றால் விதியொன்று செய்வோம்
ஜனநா யகத்தைச் சற்றே நிறுத்திச்
சவுக்கை எடுப்போம்! தரித்திரம் நீங்கும்!

காமராசர் தாலாட்டு

தங்கமணி மாளிகையில்
    தனிவயிரப் பந்தலிட்டு
மங்கையர்கள் சுற்றிவந்து
    மங்கலமாய்க் கோலமிட்டுத்
திங்களென்றும் சிங்கமென்றும்
    சீராட்டிப் பேருரைத்து
திருநாள் அலங்காரச்
    சிலைபோ லலங்கரித்து
வாழ்த்தொலிக்கப் பெற்றெடுக்கும்
    மகனாக வந்ததில்லை!
வண்ணமலர்த் தொட்டிலிலே
    வடிவம் அசைந்ததில்லை!

பாடுமணி வையை
    பனித்திருக்கும் பூஞ்சோலை
ஆடுமிளம் பூங்கொடிகள்
    அஞ்சுமிள மானினங்கள்
கூடவரும் பாண்டியனார்
    குடியிருந்த மாமதுரை!

மாமதுரை நாட்டில்
    மறவர் படைநடுவில்
தேமதுரத் தமிழ்பாடும்
    திரு'நாடர்' தங்குலத்தில்

வாழையடி வாழையென
வந்ததமிழ்ப் பெருமரபில்
ஏழைமகன் ஏழையென
இன்னமுதே நீ பிறந்தாய்!

நிமிர்ந்தால் தலையிடிக்கும்,
நிற்பதற்கே இடமிருக்கும்
அமைவான ஒருகுடிலில்
ஐயாநீ வந்துதித்தாய்!

"கொட்டிலிலே தோன்றிக்
குவலயத்தில் பேரெடுத்து
இட்டமுடன் சேர்ந்தார்க்(கு)
இறைவனாய்த் தோற்றமுற்ற
ஏசுபிரான் மேற்றிசையில்;
இளையபிரான் கீழ்த்திசையில்!
சத்தியமே தெய்வம்,
சமத்துவமே வாழ்க்கையென
இத்திசையில் ஒருநாள்
இளவரசாய் வந்துதித்த
புத்தபிரான் நேபாளம்;
புனிதபிரான் விருதுநகர்!"

என்று பலவாறாய்
ஏத்திஉனைப் பாடுகிறார்!
பாடுகிற பாட்டையெலாம்
பரிசாய் நினைக்காதே!
கூடுகிற கூட்டமெல்லாம்
குறைகூறும் மற்றொருநாள்!

மாலையிடும் மக்கள்
　　மண்ணெடுக்க அச்சமுறார்!
வாழ்த்துரைக்கும் கூட்டம்
　　வசைபொழிய மறவாது!

நந்தமிழர் வீரம்
　　நாகரிகம் என்பதெலாம்
சந்தையிலே கூடும்
　　சரக்காகப் போனதய்யா!
அண்ணனென்றும் தம்பியென்றும்
　　அன்பனென்றும் தோழனென்றும்
கண்ணீரைக் காட்டிக்
　　கலங்கவைப்பார் நாள்முழுதும்!
உள்ளே கிடப்பதவர்
　　உள்ளமன்றி யாரறிவார்!

'தங்கமே! தண்பொதிகைச்
　　சாரலே! தண்ணிலவே!
சிங்கமே!' என்றழைத்துச்
　　சீராட்டுந் தாய்தவிரச்
சொந்தமென்று ஏதுமில்லை!
　　துணையிருக்க மங்கையில்லை!
தூயமணி மண்டபங்கள்,
　　தோட்டங்கள் ஏதுமில்லை!
ஆண்டிகையில் ஓடிருக்கும்
　　அதுவும் உனக்கில்லையே!

நாட்டுக்குப் பாடுபட
    நாடிவந்த வீரர்பலர்
வீட்டுக்கே பாடுபட்டார்
    வீணுக்கே கோஷமிட்டார்;
அந்திபகல் நாடு,
    அரசாங்கம் பொதுப்பணிகள்
என்றுலவ நீயும்
    இந்நாட்டில் வந்துதித்தாய்!

இந்தியா ஒன்றென்னும்
    இயற்கைக்கே புறம்பான
மந்திரத்தை மாய்க்கவந்த
    தந்தைபெரி யார்தமையும்
தேசக் கயிற்றினிலே
    சிக்கவைக்க முடியாமல்
பாசக் கயிற்றினிலே
    பம்பரம்போல் ஆடவைத்தாய்!

ஆளழகு பார்ப்பார்
    ஐயா, உனைமதியார்!
தோளழகு பார்ப்பார்
    சுவையே, உனைமதியார்!
பொன்னழகு பார்ப்பார்
    பூவே, உனைமதியார்!
மண்ணளந்து ஆளப்பார்
    மகனே, உனைமதியார்!

கல்விக் கடலுமில்லை
　　களஞ்சியமும் இல்லைஐயா!
கல்லானே யானாலும்
　　கற்றவரை மற்றவரைக்
கல்லாக்கி வைத்துவிடும்
　　கல்விமிகக் கற்றுவிட்டாய்!

மேடையிலே பேசவரும்
　　வீறுமிக்க பேச்சாளர்
கூடவரும் கூட்டத்தில்
　　குதித்துவிளை யாடுபவர்
ஓட்டுவரும் பாதையினை
　　உன்னிடத்தே கற்றார்காண்!

ஊமைபோல் நீபறந்து
　　ஓட்டுகளை வாங்குகிறாய்!
எல்லாம் சரிதான்; என்
　　இன்னமுதே! செந்தமிழர்
தொல்லைப் படுகின்றார்,
　　தொலைவழியில்! மறவாதே!

தங்கச் சமுதாயம்
　　தழைக்கவைக்க வேணுமையா!
தாயகத்தில் எல்லார்க்கும்
　　தங்கஇடம் வேண்டுமையா!
பொங்கிவரும் பால்போல்
　　பூத்துவரும் வெண்மலர்போல்
திங்கள்போல் எந்தமிழர்
　　சீராக வேண்டுமையா!

இன்று தமிழுலகம்
    இன்னமுதே உன்பணியை
என்றும் தமிழுயர
    எதிர்பார்த்து நிற்குதையா!
'இந்தியன்' என்பதனை
    இரண்டாவதாக வைத்துச்
'செந்தமிழன்' என்பதனைத்
    தீரனே! ஏலாயோ!

நாளை விடியும்
    நமதுலகில் நமதுமக்கள்
வாழைபோல் வாழஒரு
    வழிவகுக்க மாட்டாயோ?
ஆளுகின்ற கட்சிக்(கு)
    அரசனிவன் என்னாமல்
வாழுகின்ற செந்தமிழர்
    மன்னனென மாறாயோ!

எந்நாளும் மக்கள்
    இயல்பை அறிந்தவனே!
பொன்னாடாய்த் தாய்த்தமிழைப்
    பூக்கவைக்க மாட்டாயோ!
தமிழே தமிழுலகில்
    தழைத்துவர வேண்டுமென்று
அமிழ்தேநீ பாடுபட்டால்
    அன்னைகுலம் வாழாதோ!

(தமிழ் தேசியக் கட்சியில் இருக்கும்போது எழுதப் பட்டது.)

அண்ணா நாற்பது

உள்ளத்தாற் பொய்யாத உயர்நிலை ஒன்று
ஊர்வாழத் தான்தேயும் உணர்ச்சியதி ரண்டு
வெள்ளத்தோ டுறவாடும் அன்புமனம் மூன்று
வெறும்வார்த்தை இல்லாத சொற்செட்டு நான்கு
கள்ளத்தாற் றளர்வோர்க்கு அறிவூட்டல் ஐந்து
கலைக்கூடம் எழில்காண வளந்தேக்கல் ஆறு
அள்ளத்தான் குறையாத கருத்தோட்டம் ஏழு
அறிஞர்க்கோர் வழியென்னும் மெய்வாழ்வும் எட்டு

ஒழுக்கத்தாற் பிறர்போற்றும் உயர்வாழ்வே ஒன்பது
உள்ளன்பிற் குலஞ்சேர்க்கும் நற்பண்பு பத்து
பழக்கத்திற் கினிதான தன்மைபதி னொன்று
பணிவுக்கோர் நாணலெனும் நிலைமைபனி ரண்டு
கலக்கச்சோர் வறியாத ஆண்மைபதின் மூன்று
கண்மறைந்த பின்பேசாப் பெருந்தன்மை யோடு
விளக்கத்தால் பலர்நெஞ்சை வெற்றிபெறு செம்மல்
வீரத்தின் இடமென்று கூட்டுபதி னாறு!

அங்கத்தின் அசைவுக்குள் அரசியலின் தேக்கம்
அணுவுக்குள் அணுத்தேடும் ஆராய்ச்சிப் பாக்கம்
சிங்கத்தைக் கொல்லாமை நோன்புபெறச் செய்து
திருநாட்டின் வாழ்வுக்குப் புதுப்பாடம் கண்டு

தங்கத்தில் வைரத்தின் நீரோட்டம் பார்க்கும்
தன்மைத்தாய் தமிழ்கற்ற பேராளன் எங்கள்
அங்கத்தாற் றலையாண அண்ணாவின் பெருமை
அறிவுக்கோர் வீடாக இருபத்தி நான்கு!

வைவாரின் முன்தோன்றி வாழ்த்துக்கள் பெற்றும்
வாலாட்டும் பலபேரைத் தலையாட்ட வைத்தும்
நைவாரின் வறுமைக்கு நமனாக நின்றும்
நடிப்பாரை உலகோடு சமமாகச் செய்தும்
மைவாங்கும் விழியாரை மாதாவென் றழைக்கும்
மாண்புக்கு வழிகோலிப் பண்பாடு காத்தும்
தைவார்க்கும் பொங்கற்குத் தனித்தன்மை தந்தும்
தமிழ்காக்கும் செயலோடு முப்பத்தி ரண்டு!

முகம்பார்த்தே அகங்காணும் மூடாத விழிகள்
முதலாளி கண்டஞ்சும் நிறங்கொண்ட இதழ்கள்
செகங்கண்டு சிலிர்ப்பேறும் சீரான கைகள்
தென்னாட்டின் அன்பெல்லாம் துயில்கொள்ளும்
நெற்றி
அகம்பற்றி உரைத்தற்கோர் அழகான வார்த்தை
அய்யய்யோ உலகத்தில் இனும்தோன்ற வில்லை!
யுகம்தேய்ந்து போனாலும் பெயர்நிற்கு மென்றால்
ஒருவர்க்கே அண்ணாவென் றுரைநாற்ப தன்ப!

(முன்னேற்றக் கழகத்தில் இருந்தபோது பாடியது.)

நமக்கொரு திருநாள்

கிழக்கு வெளுப்ப விடிமீன் ஒளிப்ப
புள்ளினங் கோடி மெல்லயாழ் இசைப்ப
மண்ணிடைக் கருமை, அன்னமென் நடையில்
மறைய, மறைய, பின்வரும் வெண்மை
சுண்ணம் பூசிய சுவரெனத் தோன்ற
உழத்தி எழுந்தே உழவனை அசைத்துக்
கயிற்றுக் கட்டிலின் காலெழு ஒலியில்
துயிலுறுந் தன்னான் சுடக்கொடித் தெழவும்
ஏழையின் மகுடம் ஒருமுழந் துண்டு
இஃதெனத் தூக்கிச் சென்னியிற் சுற்றிச்
சிரிக்கவும், அந்தப் புலர்ந்து புலராப்
பொழுது சிரித்தது பூமி சிரித்தது!
இரவு மங்கையின் பிரசவப் பொழுதாம்
காலை மலர்ந்தது கதிரொளி ஜனனம்
தென்னவன் மக்கள் பன்னெடுங் காலமாய்
என்ன நேரினும் மறவா அஃதொன்று!
அதர மலர்ச்சியில் அங்கம் சிலிர்க்கும்
முதிராச் சிரிப்பு! முத்தொளித் தாரகை
'வணக்கம்' எனக்கரம் மேலே தூக்கி
வணங்கினால் கூடச் சிரிப்பும் வணங்கும்!
ஊரெல்லாம் நகரெல்லாம் நாடெல்லாம் புன்னகை
மாட கூடங்கள் மத்தியில் ஆடும்
சேரியில் கூடச் சேர்ந்தது புன்னகை
தமிழர் திருநாள்; தைத்திங்கள் முதல்நாள்
வந்தது துன்பம் போன வழியிலே!
அத்தை அசைவதும், மகற்கு வந்துற்ற

தத்தை அதுபோல் தானும் நடப்பதுவும்
முத்தைச் சிரிப்பெனக் கொட்டிக் கொட்டி
மூழ்க டிப்பதும், மூன்றாங் குழவி
நத்தை போலத் தத்தித் தத்தி
நடை பயில்வதில் நயம்பல காண்டலும்
ஆயிடைச் சிறுவன் 'அப்பா எனக்கொரு
கன்னல்' என்னலும், கணுவொன்று தரலும்
கோலஞ் சூடிய குயவர் வண்ணம்
மஞ்சள் கொத்தெனும் மங்கல நாணொடு
மூலையில் ஒருபுறம் முகங்காட்டி நிற்றலும்;
கேரளக் கன்னியர் பேரணிப் பல்லெலாம்
கூடிவந் தாற்போல் கொஞ்சிடும் அரிசியை
தாங்கிய சுளகும் தானொரு காலம்
புலியை விரட்டிய புதுமை கூறலும்;
கொற்றவன் பெயரே தன்பெய ரென்று
'கோ'வென முழக்கும் பாற்பசுக் குரலும்
'ஒன்றே குலமும் ஒருவனே தேவனும்'
என்றாற் போலக் கிளையெது மின்றி
நிமிர்ந்த கன்னலும் ஆங்கதன் மேலே
பட்டுப் பாட்டுத் தொட்டுத் தடவிப்
பாடிப் பாடி மறையும் தென்றலும்
பரங்கிப் பூவினைத் தாங்கு சிம்மாசனம்
பசுவின் சாணம் வாயிலில் நின்று
மலர்ச்சியைக் கூறலும் வைய மகிழ்வெலாம்
வந்து திரண்டதைக் கண்டது காலை!
வடிவச் சங்கில் தமிழொலி கேட்டது
திங்களைப் பிடித்துப் பானையில் அடைத்துச்
செந்தீ மூளலும் திடுமெனத் தோன்றச்
செய்தா ரில்லை! ஆயினும் அங்கே

வந்தது வெண்ணிலா வளர்ந்து வளர்ந்து,
பூத்துப் பூத்து உதிரும் மலர்போல்
பொங்கிப் பொங்கி வழிந்த நீரில்
பானையி லேகறை பட்டது உண்மை!

ஆயினும்,
குழந்தை பெற்ற கோதையர் மேலுடை
நனைந்து பட்ட கறையினைப் போன்றதே!
'பெண்ணாய்ப் பிறந்தால் தமிழர் வீட்டில்
பிறக்க வேண்டும்' என்னும் எழுத்தினைக்
கண்ணில் எழுதிக் கனிச் சாறனையள்
அன்னக் கொடியென மென்னடை போட்டே
அருகில் வந்ததை ஆளனும் அறியான்!
கைவளை இறங்கிக் 'கலீ' ரென்று
பானையிற் றட்டிப் பாடவும் பூங்கொடி
பானையை இறக்கும் பதவிசைக் கண்டால்
பரதக் கலையின் பிறப்பிடம் புரியும்!
பலகறிக் குழம்பு, பாலோடு சோறு
சர்க்கரைப் பொங்கலைத் தமிழ்மனை கண்டது!
தினசரி இதுபோல் தெவிட்ட உண்டவர்
'சென்ற நாள்' நினையச் செய்தது தைநாள்
"வாழ்க என்தாயே! வாழ்த்து உன்சேய்களை
'நாமெலாம் ஒன்று; நமதே இந்நா'டெனப்
பொங்கும் மகிழ்விலே பூரித் தொருநாள்
சுதந்தரத் தாயகம் சோறு பொங்குமா?
பொங்கினால் அன்று, தாயே.... தாயே!
என்னயான் சொல்வேன் இல்லையே வார்த்தை!
இல்லையே தமிழில், என்மனம் கூற!"

உறுதி

என்றிவள் பிறந்தாள் என்றுல கறியா
என்தமிழ்த் தாயின்மீ தாணை!
அன்றிலுக் கிளையாள் அன்புறும் மனையாள்
அன்னவள் தாலிமீ தாணை!
மன்றினி லென்னை மணம்பெறச் செய்ய
வந்தஆ சான்பெயர் ஆணை!
நின்றெழில் பரப்பும் செந்தமிழ் வீரர்
நிழற்பெயர் வரிசைமீ தாணை!

கங்கையும் குன்றும் கொண்டுல காண்ட
கடும்புலிச் சோழர்மீ தாணை
திங்களைப் பரிதிச் செல்வனைப் பாடும்
செந்தமிழ்ச் சேரர்மீ தாணை
மங்கையர் கையில் வாளொடும் வேலை
வடித்தபாண் டியரின்மீ தாணை
சிங்கமென் றுலகில் செயக்கொடி நாட்டிச்
சென்றபல் லவர்பெயர் ஆணை!

இன்னவர் பெயரில் ஆணையிட் டேநான்
இயற்றிடும் உறுதிகள் கேளீர்!
தென்னவர் நாடு தென்னவர்க் காகிச்
சீர்பெற வாழ்ந்திடல் வேண்டும்!

அன்னவர் சேய்கள் ஆப்பிரிக் காவில்
அழுங்குரல் ஓய்ந்திட வேண்டும்!
பன்னெடு நாளாய்ப் பர்மிய மண்ணில்
படுந்துயர் தீர்ந்திடல் வேண்டும்!

பாழ்படக் கிடந்த சிங்களத் தீவைப்
பண்புறச் செய்தத னொடே
ஆழ்கடல் நீவித் துறைமுகம் கட்டி
அழகுறத் தந்தஎன் தோழர்
ஏழைய ராகி இருவிழி நீரில்
ஏங்கிடும் நிலைகளும் மாறி
வாழ்வுற வேண்டும்! செந்தமிழ் அங்கும்
வளமுற வாழ்த்திடல் வேண்டும்!

தாய்மொழி தமிழைத் தனித்தமி ழாக்கித்
தாயகம் முடிதர வேண்டும்!
நோய்நொடி வறுமை நொந்தமெய் நீங்கி
நூறியாண் டின்புறல் வேண்டும்
காய்சினம் போட்டி கண்ணியக் குறைவு
காட்டிடும் சிறுமைகள் தேய்ந்து
தாயொடும் சேய்கள் பாசமென் பிணைப்பில்
தாரணி ஆண்டிடல் வேண்டும்!

சோறுசோ றென்றே வேறுநா டேகித்
துன்புறும் சோதரர் தமையே
ஆறுஆ றென்றே அமைவுறக் கூட்டி
அருகினில் மனைதர வேண்டும்

வேறுவேறாகி வெந்துயர் துறக்கும்
  வேதனை தீர்ந்திடல் வேண்டும்!
கூறுகூறாகிப் போனஎம் மக்கள்
  கூட்டைந் தின்புறல் வேண்டும்!

இத்தகு பணிக்கென் உடல்பொருள் ஆவி
  எதனையும் தருவனீ துண்மை
கொத்தடி மைதீர் குற்றமில் லரசைக்
  கொண்டுநான் வருவனீ துண்மை!
பித்தரைக் கொண்டே பிழைபல புரியும்
  பேடிமை கொல்வனீ துண்மை
கத்தியின் விளிம்பில் கழுத்தறு படினும்
  கலங்கிடேன்! கலங்கிடேன்! உண்மை!

சொன்னஇவ் வகையில் துளிமறந் தாலும்
  சோற்றினில் ஆக்கிய சுவர்நான்!
அன்னையும் பேடிப் பிள்ளையைப் பெற்ற
  அழிவுறும் இழிபெயர்ப் பெண்தான்!
மன்னிய அன்பின் மனைவியும் என்னை
  மாடெனக் காறி யுமிழ்க!
தென்னவர் காலிற் சிறுசெருப் பாய்நான்
  தீப்படு புழுவெனச் சாக!

நிலஞ் சிவப்பு: கடல் நீலம்

வாழ்வும் வளமும் வாணிபத் திறமும்
வண்மை திண்மை வழங்கிய மொழியும்
தாழ்வுற் றிருக்கும் தமிழரும் நாளை
தலைநிமிர்ந் தோங்கித் தழைப்பதற் காக
செம்புலம் வாழ்நர் செந்தமிழ்க் குலத்தர்
கூடினர் என்பதைக் குறிப்பால் உணர்த்தும்
செம்மை கொடியிற் சேர்ந்தது! போரிற்
சிவந்தெழுந் தமிழர் சிறப்புஞ் சேர்த்தது!

செந்தமிழ், செந்நா, செம்மண், என்பன
செம்மை யுணர்த்தும் திறத்தால் மேல்கீழ்
சிவப்பு தமிழர் சிறப்பினைச் சொல்வது!
'போரிற் புறப்படு! புழுதியிற் குருதி
வீழு மாயினும் வீரம் மறவேல்!
உதிரஞ் சிந்தி உனைவளர்த் தானே
அற்றைத் தமிழன்! அவன்வழி நீயும்
மூவர் ஆண்ட முத்தமி ழகத்தைக்
காக்கப் புறப்படு! களம்உனை வாழ்த்தும்!'
என்பதுஞ் சிவப்பில் இணைந்தே நின்றது!

நாவாய் வடித்து நாலிரு திசையும்
போனான் தமிழன்! பொங்கிடும் அலையை
நீவிக் கடலின் நீரினைப் பிளந்து
சென்றான்! அன்னவன் திறமெலாங் கெட்டு

மலையில், இலங்கை மண்ணில், பிஜியில்
ஏங்கி நிற்பதை என்றும் மறவோம்!

என்னருந் தமிழர் எங்கெங் கிருப்பினும்
அன்னவர் நிலையை அகத்தே யுணர்ந்து
அறப்போர் துவங்கித் தாய்த் தமிழகத்து
மக்களைத் திரட்டி வாழ்வழி வகுப்போம்
இன்ன கொள்கையை எழிலால் உணர்த்தும்
நீலம் நடுவே நிற்பது காணீர்!

வானும் கடலும் நீலம் வடிப்பன!
மண்ணோ செம்மை மறவர் நாட்டில்!
கூட்டி இவற்றைக் குணத்தொடும் சேர்த்துக்
கொடியாய் அமைத்தோம்! கூடினோம் கீழே!

வானில் பறக்கும் வண்ணத் தமிழ்க்கொடி
மானத் தமிழர் மாட்சியைக் கூறும்!
தமிழர் தேசியம் தழைத்திட வாழ்த்தும்!
வாழிய தமிழர்! வாழிய தமிழ்த்தாய்!
வாழிய தமிழர் தேசிய மன்றம்!

(தமிழ் தேசியக் கட்சியின் கொடி விளக்கம்)

5
சீன எதிர்ப்புக் கவிதைகள்

கம்பர் எழுதிய கவிதைகள்

சபதம்

எதிர்வரும் பகையை
ஏறிட்டு நோக்கிக்
கொதிநெருப் பள்ளிக்
கொட்டா திருந்தால்
   விழிகளி ரண்டும்
   வீழ்க நிலத்தே!

தூவெனக் காறி(த்)
துன்னலர் குழுவைப்
போவென வழியே
போக்கா திருந்தால்
   நாவொடு வாயும்
   நாலு துண்டாக!

ஏற்றிய மருந்தோ(டு)
எடுத்த துப்பாக்கி
கூற்றுவன் போலுயிர்
குடிக்கா திருந்தால்
   கைகளி ரண்டும்
   கவிழ்க நிலத்தே!

தாய்மகன் தாரம்
தாம்தம தென்று
சேய்உற வெண்ணி(த்)
தேசம் மறந்தால்
    இதயம் நெருப்பில்
    எரிக விழுந்தே!

ஆணை வந்ததும்
அவைதம் செயலாய்
மானம் செழிக்க
மலைபோ காவெனில்
    கால்களி ரண்டும்
    காக்கைகள் உண்க!

தங்கத் தலைவன்
தாவெனக் கேட்டும்
தங்கம் மறைத்து(த்)
தரமறுப் பார்தம்
    அங்கம் முழுதும்
    அழுகியே வீழ்க!

சிந்தனை ஒன்றிச்
செயல்பட மறுக்கும்
சந்தை வணிக(த்)
தரகர்கள் தம்மை(ப்)
    பந்தெனத் தட்டிப்
    பறக்க விரட்டுக!

கோணல் மதியோர்
கூகையர் புழுக்கள்
ஞானம் பிழைத்த
நலமிலா நரிகள்
    காட்டினுள் ஓடக்
    கல்லெடுத் தெறிக!

கங்கையிற் குளிக்க(க்)
கருதிடும் சீனர்
மங்கைய ராயினும்
மணந்தவ ராயினும்
    கருதா தவர்தலை
    காலாற் சிதைக்க!

பாரத தேசம்
பாலையாய் மாறினும்
வேறொரு நாய்ப்பால்
வீழ்வுறோம் என்றே
    வெஞ்சினம் உரைக்க!
    வெற்றியே செழிக்க!

எங்கே பகைவன்?

எங்கே பகைவன்?
எங்கே பகைவன்?
ஏறிவிட்டானா மலைமேலே!— நாம்
அங்கே பறந்து
அவன் தலைகொய்து
பங்குவைப் போம்வா! பதறாதே!

திங்களும் வானில்
திரிகிற வரையில்
எங்களுக் குரிமை இந்நாடே!— இதில்
தங்கள் உரிமைச்
சாத்திரம் சொல்வோர்
எங்குவந் தாலும் மண்ணோடே!

யாரது வீட்டில்?
யாரது பாட்டு?
சோரர்கள் வலையில் விழமாட்டோம்—இனி
வேரதி காரம்
பாரத நாட்டில்
வேர் பிடிக்காது! விடமாட்டோம்!

வெண்பனிக் குன்றில்
செம்பனி ஆறு
கண்படு முன்னே ஓடிவரும்— அது
தண்பொழில் எங்கள்
தாயக கீதம்
பண்ணோ டெழுந்தே பாடிவரும்!

இடமறி யாமற்
படையை விடுத்தார்
மடையர்கள் எண்ணம் மண்ணாகும்— ஒரு
தடையு மிலாமல்
கடலலை போலே
விடுதலைச் சேனை பண்பாடும்!

எரியும் நெஞ்சின் குரல்

ஏ,
வெண்ணிலவே! சீனத்து
வானில் விளங்காதே!
காற்றே! நீ சீனத்து(க்)
கன்னியரைத் தழுவாதே!

மேகமே! சீனத்தில்
வெள்ளிமழை பெய்யாதே!
பொன்மலரே! சீனத்தில்
பூத்துக் குலுங்காதே!

நெல்லே! நீ சீனத்து
நிலத்தில் விளையாதே!
பாவலரே! சீனத்து(ப்)
பாவிகளைப் பாடாதீர்!

நாவலரே! சீனத்து
நாகரிகம் பேசாதீர்!
கேவலமாம் அந்த(க்)
கீழ்பிறவிக் கும்பலினை

மானிடராய் எண்ணி
மதிக்காதீர் மானிடரே!
முற்றும் சுடுகாடாய்
முடியட்டும் சீனநிலம்!

சற்றும் அசையாமல்
சாயட்டும் சீனர்தலை!
பற்றிப் பருந்தெல்லாம்!
பருகட்டும் அவர்குருதி!

பெற்றாளே சூ-என்-லாய்(ப்)
பேடியினை ஒருமாது!
குற்றம் புரிந்தாளே
குடிகேடி! சீனருக்கு
அன்னாள் வயிற்றை
அறுத்தால் வலிதெரியும்!

வாழ்களன் தாயகமே!
வாழ்வுனக்கே, அஞ்சாதே!
வீழ்கவெறி நாயகமே,
விரைவில் அழிவுனக்கே!

சூ-என்-லாய் ராக்-அன்-ரோல்

சூ! சூ! சூ!
சூ-என் லாய்!
தூ! தூ! தூ!
மா-சே-தூ!
சூடுபட்ட மாடு போன்று
நாடுவிட்டு நாடு வந்து
கேடுகெட்ட வேலை செய்யும்
                    சூ! சூ! சூ!

கோடுவிட்டு மேலும் வந்து
கோழைபோல ஓய்வு கொண்டு
கோட்டை விட்டு ஓடப்போகும்
                      சூ! சூ! சூ!

பஞ்சசீலப் பண்பி னூடு
நஞ்சுரைத்து நன்றி கெட்டு
பஞ்சசீலம் ஆக்கி விட்ட

                      சூ! சூ! சூ!

தங்கள்சோறு தீர்ந்த தென்று
தரமிழந்து நெறி யிழந்து
எங்கள்சோறு தின்ன வந்த
                      சூ! சூ! சூ!

அப்பனுக்குப் பிள்ளை என்று
தப்பிவந்து பிறந்து இன்று
அடுத்த வீட்டில் சாகவந்த

சூ! சூ! சூ!
சூ- யென்- லாய்!
தூ! தூ! தூ!
மா- சே- தூ!

சீனத்துக்கு நன்றி

தம்மிடையே சண்டையிட்டு(த்)
தலைகுனிந்த இந்தியரை
'இம்'மெனுமுன் சேர்த்துவைத்த சீனமே— நீ
ஈந்ததுதான் இன்றுவந்த ஞானமே!

வடதிசைக்கும் தென்திசைக்கும்
வழக்கிருப்பதை அறிந்து
ஒருதிசையாய் ஆக்கிவைத்த சீனமே— இது
உன்கருணையா லெழுந்த ஞானமே!

குழுவமைத்து ஒருமைதேடி(க்)
கொண்டிருந்த பாரதத்தில்
படையெடுத்து ஒருமைதந்த சீனமே— இது
பாவத்திலே தர்மம்கண்ட ஞானமே!

மக்களாட்சி மமதையேறி
வழிமறந்த மாந்தர்தம்மை(த்)
தக்கநாளில் உணரவைத்த சீனமே— நீ
தந்ததுதான் தேசபக்தி ஞானமே!

நேருவென்ன நேருவென்று
நீட்டி ஆட்டிப் பேசுவோரும்
நேருவை வணங்கவைத்த சீனமே— இது
நேரம்பார்த்து நீகொடுத்த ஞானமே!

பிரிந்துசெல்லப் பாடுவோரும்
பேச்சுமூச்சில் லாமல்இன்று
அருகில்நின்று முழங்குகின்ற ஞானமே!— தந்த
அன்புக்கெங்கள் நன்றிகொள்க சீனமே!

தெறிவெனன் தெரிவெளரி
நீடிய அடிதொழில் விடுவாயும்
தெரிவை மனம்கவர்ந்த செண்டை—இடி
பெருவாரிமீது நிகர்த்திட்ட முகிலும்

யாழ்சொலவெனய பயச்செழுத்தீனி
வேவையுடன் சில வசனம்தானும்
அழகுடன் ஒருகுருக்கிலருள் சொலாமே—திக்கு
அளவதினன் பெருமைக்கொளள பெயிலே

6
தத்துவம்

விளம்பரம்

அவன்தான் இறைவன்

பூஜ்ஜியத்துக் குள்ளே ஒரு
ராஜ்ஜியத்தை ஆண்டு கொண்டு
புரியாமலே இருப்பான் ஒருவன்— அவனைப்
புரிந்து கொண்டால் அவன்தான் இறைவன்!

தென்னை இளநீருக் குள்ளே
தேங்கியுள்ள ஓட்டுக் குள்ளே
தேங்காயைப் போலிருப்பான் ஒருவன்— அவனைத்
தெரிந்து கொண்டால் அவன்தான் இறைவன்!

வெள்ளருவிக் குள்ளி ருந்து
மேலிருந்து கீழ் விழுந்து
உள்ளுயிரைச் சுத்தம்செய்வான் ஒருவன்— அவனை
உணர்ந்து கொண்டால் அவன்தான் இறைவன்!

வானவெளிப் பட்ட ணத்தில்
வட்டமதிச் சக்க ரத்தில்
ஞானரதம் ஓட்டிவரும் ஒருவன்— அவனை
நாடிவிட்டால் அவன்தான் இறைவன்!

அஞ்சுமலர்க் காட்டுக் குள்ளே
ஆசைமலர் பூத்தி ருந்தால்
நெஞ்சமலர் நீக்கிவிடும் ஒருவன்— அவனை
நினைத்துக் கொண்டால் அவன்தான் இறைவன்!

முற்றும் கசந்த தென்று
பற்றறுத்து வந்த வர்க்கு
சுற்றமென நின்றிருப்பான் ஒருவன்— அவனைத்
தொடர்ந்து சென்றால் அவன்தான் இறைவன்!

கற்றவர்க்குக் கண் கொடுப்பான்
அற்றவர்க்குக் கை கொடுப்பான்
பெற்றவரைப் பெற்றெடுத்த ஒருவன்— அவனைப்
பின்தொ டர்ந்தால் அவன்தான் இறைவன்!

பஞ்சு படும் பாடுபடும்
நெஞ்சு படும்பா டறிந்து
அஞ்சுதலைத் தீர்த்துவைப்பான் ஒருவன்—
அவன்தான்
ஆறுதலைத் தந்த ருளும் இறைவன்!

கல்லிருக்கும் தேரை கண்டு
கருவிருக்கும் பிள்ளை கண்டு
உள்ளிருந்து ஊட்டிவைப்பான் ஒருவன்— அதை
உண்டுகளிப் போர்க் கவனே இறைவன்!

முதலினுக்கு மேலி ருப்பான்
முடிவினுக்குக் கீழி ருப்பான்
உதவிக்கு ஓடிவரும் ஒருவன்— அவனை
உணர்ந்து கொண்டால் அவன்தான் இறைவன்!

நெருப்பினில் சூடு வைத்தான்
நீரினில் குளிர்ச்சி வைத்தான்
கறுப்பிலும் வெண்மை வைத்தான் ஒருவன்—உள்ளம்
கனிந்து கண்டால் அவன்தான் இறைவன்!

உள்ளத் தின்உள் விளங்கி
உள்ளுக் குள்ளே அடங்கி
உண்டென்று காட்டிவிட்டான் ஒருவன்— ஓர்
உருவ மில்லா அவன்தான் இறைவன்!

ஒன்பது ஓட்டைக் குள்ளே
ஒருதுளிக் காற்றை வைத்து
சந்தையில் விற்றுவிட்டான் ஒருவன்— அவன்
தடம் தெரிந்தால் அவன்தான் இறைவன்!

கோழிக்குள் முட்டை வைத்து
முட்டைக்குள் கோழி வைத்து
வாழைக்கும் கன்றுவைத்தான் ஒருவன்— அந்த
ஏழையின் பேர் உலகில் இறைவன்!

சின்னஞ்சிறு சக்க ரத்தில்
ஜீவன்களைச் சுற்ற வைத்து
தன்னைமறந் தேஇருக்கும் ஒருவன்— அவனைத்
தழுவிக் கொண்டால் அவன்தான் இறைவன்!

தான் பெரிய வீரனென்று
தலை நிமிர்ந்து வாழ்பவர்க்கும்
நாள்குறித்துக் கூட்டிச்செல்லும் ஒருவன்—
                              அவன்தான்
நாடகத்தை ஆடவைத்த இறைவன்!

எங்கே அவன்?

மண்ணில் ஆயிரம் மலர்க ளமைத்தவன்
மனதில் ஆயிரம் அலைக ளளித்தவன்
விண்ணில் ஆயிரம் மீன்கள் சமைத்தவன்
வெளியில் ஆயிரம் உயிர்கள் படைத்தவன்

எவ்வூ ருடையான் என்றீரோ?
எம்மூர் வாரும் சொல்கின்றேன்!

உருவுக் குள்ளும் உருவை வளர்த்தவன்
கருவுக் குள்ளும் கருவை வளர்த்தவன்
இருளில் ஒளியை மறைவில் வைத்தவன்
ஒளியில் இருளை அருகில் வைத்தவன்

எவ்விட முள்ளான் என்றீரோ?
என்னிடம் வாரும் சொல்கின்றேன்!

உண்டென் பதுபோல் இல்லென்பான்
இல்லென் பதுபோல் உண்டென்பான்
நன்றென் பதுபோல் அன்றென்பான்
அன்றென் பதுபோல் நன்றென்பான்

எப்புற முள்ளான் என்றீரோ?
இப்புறம் வாரும் சொல்கின்றேன்!

என்கைக் கோலில் அவனுள்ளான்
என்நா முழுதும் அவனில்லம்
என்மன மெல்லாம் அவன்கோயில்
என்னில் 'நா'னாய் அமர்ந்துள்ளான்

    இன்னும் விளக்கம் கேட்பீரோ?
    இறந்து பாரும் தெரிந்துவிடும்!

மனிதன் தோற்றம்

வான மிருந்தது; வையக மில்லை
வளருஞ் செடிகொடி மரங்களு மில்லை
மோன நிமிர்மலை முகடுக ளில்லை
முழங்கு நீர்நதி முற்றிலு மில்லை
ஞான மானிடர் நாடக மில்லை
நாய்,நரி ஊர்வன நடப்பன இல்லை
கான மாங்குயில் காக்கைக ளில்லை
கண்க ளில்லை; காட்சியு மாங்கிலை!
கடமை யற்ற தேவனும் தேவியும்
கவலை யின்றி வாழ்ந்தனர் வானிலே!
காலைமாலை இராப் பொழுதில் எலாம்
காதல் கொண்டு களிப்புறக் கூடினர்!

புதுமை யற்ற வாழ்வினை ஒருமுறை
புனித னான தேவன் நினைத்தனன்
வான மொன்று மட்டு மிருப்பதால்
வாழ்வி லின்ப மில்லையென் றெண்ணினான்!
எண்ணி எண்ணி இறுதியி லன்னவன்
இந்த வையம் தன்னை யமைத்தனன்!

கடல் படைத்தனன்! கற்குவை ஆக்கினன்!
கனிந் திறங்கும் அருவிகள் ஆக்கினன்!

மலர் படைத்தனன்; மரங்கள் வளர்த்தனன்!
வளர் கிளிக்குலம் மான்குலம் வைத்தனன்!
முற்றும் வைத்த மூலவன் பூமியைச்
சுற்றி வந்தனன்; தூய்மையைக் கண்டனன்;
எங்கு நோக்கினும் இயற்கையின் கோலமாம்!
எப்பு றத்திலும் எழில்உ லாவுமாம்!
கண்ட தேவன் கவலையி லாழ்ந்தனன்
காரணந் தனைத் தேவியர் கேட்டனர்!

"வடுவிலாத அழகை யமைத் தனே!
வாட்ட மற்ற புதுமை படைத்தனே!
களங்க மின்றி எதனையும் ஒரு
கடவுள் செய்தல் தவ"றெனக் கூறினன்
"வடுவிருப் பதே அழகினுக் கேற்றதாம்!
வடு விலாத அழகெனிற் கண்படும்"
இன்ன சொன்ன இறைவன் மறுபடி
எண்ணி எண்ணி எடுத்தனன் ஒருநிலை!
மன்னு மிந்த வையகந் தன்னிலே
மனிதன் என்றொரு வடுவை யமைத்தனன்!
பின்ன ரிந்த உலகை யளந்தனன்
வெற்றி பெற்ற பெருமையி லாழ்ந்தனன்!

மனித னிந்த வையகம் வந்ததும்
வான தேவன் மோனத்தி லாழ்ந்தனன்!
பூமி முற்றும் போர்க்கள மாயது
பொறுமைத் தேவன் புன்னகை பூத்தனன்!

இறைவனும் மனிதனும்

மனிதன்:

பல்பொருள் படைத்துக் காக்கும்
　　பரம்பொரு ளே!இப் பாரில்
கல்லொடும் காடும் மேடும்
　　கடல்நதி உயிரும் வைத்து(ச்)
செல்லெனத் தொடக்கம் செய்தாய்;
　　சிறப்பினை வியக்கின் றேன்யான்!
சொல்பொருள் என்ன? உள்ளே
　　தூங்குமோர் உண்மை என்ன?

அங்கங்க ளென்ன? நெஞ்சின்
　　அமைப் பென்ன? உயிர்களுக்குள்
சங்கம மென்ன? வாழ்க்கைத்
　　தத்துவ மென்ன? வாழ்வில்
திங்களின் குளிரும் வெய்ய
　　செங்கதிர்ச் சூடும் ஒன்றாய்ப்
பொங்குவ தென்ன? மாந்தர்
　　புத்தியின் நிறந்தா னென்ன?

படைத்தநின் படைப்பில் யாவும்
　　பரிணாம வளர்ச்சி கொண்டு
வெடித்ததோர் வெடிப்பில் இன்று
　　விதவிதக் குணங்கள் தோன்றி(த்)

துடித்தலை அறிவா யாயின்
 தொடக்கத்தில் நீ வகுத்த
அடித்தளம் போயிற் றன்றோ?
 ஐய!நின் பதில்தா னென்ன?

விட்டுனை வெகு தூரத்தில்
 வெளிப்புறம் வந்து வாழ்ந்து
கெட்டபின் எழுந்த ஞானக்
 கிளர்ச்சியில் மலர்ந்த நெஞ்சில்
பட்டதைக் கேட்டேன்! தேவே!
 மனிதரைப் பற்றிப் பார்த்துச்
சுட்டதால் உன்னைக் கேட்டேன்;
 தூயநீ விளக்கங் கூறு!

இறைவன்:

தத்துவம் கேட்டாய் தம்பீ!
 தாரணி கிழக்கும் மேற்கும்
கத்தியி லிருந்து மாறிக்
 ககனத்தி லிருந்து கொல்லும்
வித்தையைப் படித்த பின்பே
 விளக்கம்நீ கேட்க வந்தாய்!
முத்தியில் உலகம் மூழ்கும்
 முன்னரே கூறு கின்றேன்:

கண்களை வெளியே வைத்தேன்;
 காதொடு நாசி வாயைப்
புண்படப் புறத்தே வைத்தேன்;
 பொருள்பல தேர்ந்து தேர்ந்து

பண்படும் நெஞ்சை மட்டும்
    உட்புறம் பதுக்கி வைத்தேன்,
மண்படும் பாட்டுக் கெல்லாம்
    மனந்தானே துணையென் றெண்ணி!

உள்ளத்தை உள்ளே வைத்த
    ஒருசிறு தவறால் இன்று
கள்ளத்தை வளர்த்தேன்; வாழ்வில்
    கலகத்தை வளர்த்தேன்; ஆசை
வெள்ளத்தை வளர்த்தேன்; போடும்
    வேடத்தை வளர்த்தேன்; உண்மை
பள்ளத்திற் பதுங்கும் வண்ணம்
    பாவியேன் பிழையே செய்தேன்!

இன்னவர் உறவோர் என்றும்
    இன்னவர் கரவோர் என்றும்
நல்லவர் தீயோர் என்றும்
    நண்பர்கள் பகைவோர் என்றும்
சொன்ன சொல் செய்கை யாலே
    தோன்றவே இல்லை! நானும்
என்னதான் முயன்று பார்த்தும்
    எனக்குமே விளங்க வில்லை!

உண்மைக்கும் ஆடை கட்டி
    ஒருபக்கம் தெரியக் காட்டி
கண்மட்டும் பரிவு காட்டி
    கனிந்தசொற் கருணை காட்டி

பெண்மக்கள் குணத்தை யெல்லாம்
    பெருமக்கள் தமக்குக் காட்டி
மண்பெற்ற செல்வம் தங்கள்
    மகன்பெற்ற தாகக் கொண்டார்!

வித்திலே தவறுண் டானால்
    விளைபொருள் தவறா காதோ?
புத்தியே பொய்யாய்ப் போனால்
    புகல்வதும் பொய்யா காதோ?
வித்தையே திருட்டாய்க் கற்றால்
    வேலையும் திருட்டா காதோ?
தத்தமக் கென்றே வாழ்ந்தால்
    தத்துவம் சருகா காதோ?

ஆசையில் அச்சம் போகும்
    அத்துடன் வெட்கம் போகும்
பாசமும் பறந்து போகும்
    படித்ததும் மறந்து போகும்;
மோசமும் நீதி யாகும்
    முழுமனம் இருண்டு போகும்
நாசத்தில் உலகம் போனால்
    நமக்கென்ன என்று கேட்கும்!

பொன்னாசை உறவை வெட்டும்
    பொருளாசை பகையை மூட்டும்
பெண்ணாசை மிருக மாக்கும்
    பேராசை உயிரை வாங்கும்;

மண்ணாசை போரில் மூழ்கும்
 மனத்தினை உள்ளே வைத்த
என்னாசை யாலே தானே
 இத்தனை ஆசை யெல்லாம்!

ஆசையின் வளர்ச்சி யாலே
 ஆயுத வளர்ச்சி! அந்த
ஆயுதம் வளரும் போதே
 அணுக்களின் கிளர்ச்சி! அந்த
அணுக்களின் கிளர்ச்சி இன்று
 அழித்திடும் முயற்சி யாகித்
தனைக்கொலும் நிலைக்கு வந்த
 தலைமுறைப் பிறந்த தம்பீ!

உன்தலை முறையில் இந்த
 உலகமே அழியும் ஒருநாள்!
என்தலை முறையில் மீண்டும்
 இயங்கும்! நான் அந்தநாளில்
இன்னுமோர் மனித சாதி
 இயற்கையைப் படைக்கும் போது
இன்னொரு தவறு செய்யேன்
 "இதயத்தை முகத்தில் வைப்பேன்!"

நீ மணி; நான் ஒலி!

பிறப்பின் வருவது யாதெனக் கேட்டேன்
பிறந்து பாரென இறைவன் பணித்தான்
படிப்பெனச்சொல்வது யாதெனக் கேட்டேன்
படித்துப் பாரென இறைவன் பணித்தான்

அறிவெனச் சொல்வது யாதெனக் கேட்டேன்
அறிந்து பாரென இறைவன் பணித்தான்
அன்பெனப் படுவது என்னெனக் கேட்டேன்
அளித்துப் பாரென இறைவன் பணித்தான்

பாசம் என்பது யாதெனக் கேட்டேன்
பகிர்ந்து பாரென இறைவன் பணித்தான்
மனையாள் சுகமெனில் யாதெனக் கேட்டேன்
மணந்து பாரென இறைவன் பணித்தான்

பிள்ளை என்பது யாதெனக் கேட்டேன்
பெற்றுப் பாரென இறைவன் பணித்தான்
முதுமை என்பது யாதெனக் கேட்டேன்
முதிர்ந்து பாரென இறைவன் பணித்தான்

வறுமை என்பது என்னெனக் கேட்டேன்
வாடிப் பாரென இறைவன் பணித்தான்
இறப்பின் பின்னது ஏதெனக் கேட்டேன்
இறந்து பாரென இறைவன் பணித்தான்

'அனுபவித் தேதான் அறிவது வாழ்வெனில்
ஆண்டவ னேநீ ஏன்' எனக் கேட்டேன்
ஆண்டவன் சற்றே அருகு நெருங்கி
'அனுபவம் என்பதே நான்தான்' என்றான்!

யார் நால்வர்?

அறிவுரை கூறும் அனைவரும் கூறும்
கனிவுரை ஒன்று: "கண்ணே, உலகில்
நாலுபேர்! மதிக்க நட; அது நீதி!"

நாலுபேர் ஆமாம்! நாலுபேர்! அன்றி
ஆறுபேர் என்றோ ஐம்பதென் றேயோ
கூறுவ தில்லை; குறைப்பது மில்லை!
யாரந்த நால்வர்? யார் அந்தத் தேவர்?

ஐயிரு திங்கள் மெய்யுரு வாகிப்
பையி லிருந்து கையில் விழுந்த
மைவிழி மகனை வாரி யணைக்கும்
அன்னை தந்தையோ? அவர்இரு பேரே!

கொள்ளும் பொருளும் கொள்ளாப் பொருளும்
உள்ளோர் நிலையும் இல்லார் கதையும்
பல்பொருள் அறிவுப் பள்ளியி லிருந்து
அள்ளி வழங்கும் ஆசா னோஎனில்
அவர்பலர்! நால்வரென் றளப்பதற் கில்லை!

இதழோ டிதழும் இடையோ டிடையும்
நுதலொடு நுதலும் நோக்கொடு நோக்கும்
உடலோ டுடலை ஒட்டி வழங்கும்
மனையா ளோவென மதிப்பதற் கில்லை!
மனையாள் ஒருத்தி; மற்றவர் சிலபேர்
வரலாம் போகலாம்! வரையறுத் தெடுத்து
நால்வர் காதல் நடத்து வதில்லை!

தொழிற்பங் காளிகள், தோழர், சேவகர்,
தொடரும் அரசியல் தூண்கள், பாவலர்,
தத்துவ ஞானிகள், தவப்பே ருயிர்கள்,
சித்தர், முத்தர், தேவர், தேவியர்,
உள்ள தனைத்தும் உரித்து வழங்கும்
வள்ளல், அமைச்சர், மன்னர், யாவரும்
'நால்வர்' என்றவர் காட்டிய கணக்கில்
அடங்குவ தில்லை! ஆயின், யாரவர்?

வருணம் நான்கென வகுத்துப் பார்த்தால்
'நால்வர்' எனுஞ்சொல் நம்மை மயக்கும்!
ஆயின் யாரவர்? யார்எவ் வூரவர்?
யாரந்த நால்வர்? யார்அந்தத் தேவர்?

இருபதி லேயோ இருமி இளைத்து
அறுபதி லேயோ ஆடிமு டித்து
சூடு தணிந்து சுதியும் முடிந்து
கேடுறு கேண்மை நாடு துறந்து
சொல்ல நினைத்தும் சொல்லா தொழிந்து
வெல்ல விழைந்ததும் வெல்லா தழிந்து
மெய்யே பொய்யாய் பொய்யே மெய்யாய்
கையொரு கட்டும் காலொரு கட்டும்
போட இறந்தவன் நாடக உடலை(த்)
தந்தோள் கொடுத்துத் தாங்கி எடுத்து
இடுகாட் டவ்வரை ஏந்தி நடந்து
கடைக்கரு மஞ்செயக் கடைக்கா லூன்றும்
நால்வர்! நால்வர்! நன்றிக் குரியவர்!
அவரே உலகம் அறிவுரை கூறும்
நால்வர்! நால்வர்! நாளைநம் மவரே!

7
பல்சுவை

பக்கங்கள்

அன்னைக்கு விண்ணப்பம்

காதலைப் பாடக் கலைஞரைப் பாடக்
  கவிஞரைப் பாடநான் நினைத்தேன்
மாதரைப் பாட மழலையிற் பாடும்
  மைந்தரைப் பாடவும் விழைந்தேன்;
பாதையில் மாறிப் பாழ்வெளி யேறி(ப்)
  பாதகர் குழுவிடைச் சேர்ந்தேன்
சூதரைப் பாடிச் சூழ்ச்சியைப் போற்றிச்
  சோர்ந்தனே எந்தமிழ்த் தாயே!

மூடரைப் பாடி முழங்கிய நாளை
  முறையுடன் கழித்திருந் தேனா!
ஓடெடுத் தேனும் கைப்புறத் திறந்து
  ஊர்ப்புறத் துண்டிருந் தேனா!
தேடரும் புலவர் திருமனைத் தோட்டச்
  சேவகம் செய்திருந் தேனா!
பாடினேன் பாழும் பரத்தையைக் கற்புப்
  பத்தினி என்றுயான் தாயே!

இருட்டறை நீங்கி வெளிப்புவி காண
எழுந்துயான் வந்துளேன் தாயே!
குருட்டுளம் மாறிக் குழைவுளம் பெற்றுக்
குணத்தொடும் வந்துள்ளேன் தாயே!
பொருட்கவி பாடிப் புதுமலர் பூத்துப்
பொலிவுற வந்துளேன் தாயே!
அருட்கடல் உந்தன் அரியணைமேலே
அமர்த்துவாய்! எந்தமிழ்த் தாயே!

நானோர் கவிஞனல்லன்

      நானோர் கவிஞனல்லன்;
      என்பாட்டும் கவிதையல்ல!

மானாபி மானம்விட்டு
வளர்மதியைக் குறுகவிட்டு,
நாநாட கங்களிட்டு
நாப்பிளக்க முழக்கமிட்டு
ஊனாட உயிர்தரிக்கும்
ஊன்பொதியே கவிஞனெனில்,

      நானோர் கவிஞனல்லன்
      என்பாட்டும் கவிதையல்ல!

அஞ்சாத சிங்கமென்றும்
அன்றெடுத்த தங்கமென்றும்
பிஞ்சான நெஞ்சினர்முன்,
பேதையர்முன், ஏழையர்முன்,
நெஞ்சாரப் பொய்யுரைத்துத்
தன்சாதி தன்குடும்பம்

தாம்வாழத் தனியிடத்து(ப்)
பஞ்சாங்கம் பார்த்திருக்கும்
'பண்பு'டையான் கவிஞனெனில்,

நானோர் கவிஞனல்லன்;
என்பாட்டும் கவிதையல்ல!

பகுத்தறிவை ஊர்க்குரைத்து(ப்)
பணத்தறிவைத் தமக்குவைத்துத்
தொகுத்துரைத்த பொய்களுக்கும்
சோடனைகள் செய்துவைத்த
நகத்துநுனி உண்மையின்றி
நாள்முழுதும் வேடமிட்டு
மடத்திலுள சாமிகள்போல்
மாமாயக் கதையுரைத்து
வகுத்துணரும் வழியறியா
மானிடர்க்குத் தலைவரென்று
பிழைத்திருக்கும் ஆண்மையிலா(ப்)
பேதையரே கவிஞரெனில்,

நானோர் கவிஞனல்லன்;
என்பாட்டும் கவிதையல்ல!

எலும்பு நரம்பெனவும்
ஏறெனவும் வீறெனவும்
இதுவே படையெனவும்
இப்படையா தோற்குமென்றும்

களம்புகுமோர் காளையென்றும்
கட்டவிழ்த்தே ஓடுமென்றும்
தளையறுக்கும் வீரமென்றும்
தாயகத்துச் செல்வமென்றும்
கலைமணிகள், கண்மணிகள்
கற்பனையில் வல்லவர்கள்
இலட்சியத்துப் பைங்கிளிகள்
ஈடறியாப் புரட்சியர்கள்
எம்மவரே என்றுரைத்து
இறங்கியதும் மறந்துவிடும்
பொம்மைகள்முன் மண்டியிட்டு(ப்)
புகழ்பாடி வாழ்பவனே
செம்மாந்த வீரனென்றால்
திறம்பாடும் கவிஞனென்றால்,

நானோர் கவிஞனல்லன்;
என்பாட்டும் கவிதையல்ல!

சிந்தையும் செயலும்

அவன்:

"இவ்விடம் தனியே என்னடீ சிந்தனை?"

அவள்:

"செவ்வான் பரப்பும் தென்றலும் மலரும்
கொவ்வைக் கனிவாய் குளிரும் ஆசையும்
ஒவ்வாத தாக உடலெலாம் கனலாய்
உயிர்போங் காலம் வருமெனக் கூற்றினை
நாடியுள் ளேன்என் நலிவையார் அறிவார்?"

அவன்:

"செப்பிளங் கொங்கை கொப்புளங் கொண்டதோ?
செவ்வாய் இதழைத் தென்றல் தின்றதோ?
ஒப்பிலா மதியே! கற்பனைக் கடலே!
உன்னுயிர் வாடிட யாருயிர் காரணம்?"

அவள்:

"நின்றஆங் கேஇதை நீஅறி யாயோ?
நின்விழி என்விழி நிறங்கெடக் காரணம்?
நின்மொழி என்மொழி குளறிடக் காரணம்?

நின்இதழ் என்இதழ் நிலைக்கெடக் காரணம்?
நின்உயிர் என்உயிர் வாடிடக் காரணம்?"

அவன்:

"தன்னந் தனியிடம் தண்மதி உலவிடம்
அன்னக் குடிபடை ஆடிடும் ஓரிடம்
சின்னஞ் சிறியவர் சேர்ந்துயிர் கூடிடும்
அவ்விடம் சென்றுயாம் ஆடிட லாமடி!
ஒன்றிடை ஒன்றாய் ஒதுங்கிட லாமடி!
உன்னத சுகத்தவம் செய்திட லாமடி!
கண்மயக் கம்கொளக் கலந்திட லாமடி!
மங்கைநின் பெண்மையைப் பிழிந்திட லாமடி!
பேச்சுமூச் சின்றியாம் துயில்கொள லாமடி!
எழு!"
....வெனப் பணித்தான்! எழுந்தனள் ஆயிழை!
இமையிடை மறைந்தனர்; கலையிடைக்
கலைந்தனர்!

வெற்றி தோல்வி

தோல்வி கலக்கும்; வெற்றி மயக்கும்
தொழிலாளர் இதை அறியா ரெனினும்
திரைப்படத் துறையோர் தெளிவுற அறிவர்!
ஒருபடம் நன்றாய் ஓடிய தென்றால்
உருப்படா தவனும் உன்னதக் கலைஞன்!
அடுத்த படமே அடிபடு மென்றால்
அவனே கலையின் அற்புத மடையன்!
வெற்றியைப் பொறுத்தே விளம்பரம் கிடைக்கும்
வெற்றியைத் தொடர்ந்தே வேறு தொழில்வரும்
வெற்றியைத் தாங்கும் விவேகம் இல்லையேல்
தோல்வி தொடரும்; சுயபுத்தி திரும்பும்;
படத்துறையில் நான் பார்த்தேன் அடடா!

காற்படி நெல்லும் காணா உமியும்
கையிலோர் வெற்றி கண்டதும் துடிக்கும்!
தன்னைப் பற்றித் தானே புலம்பல்
தமிழ்படக் கலையில் தனிக்கலை யாகும்!
'அடக்கம் என்பது அமரருள் உய்க்கும்'
வள்ளுவன் சொன்னான்; வந்தவன் மறந்தான்!

இயற்கையின் நீதி எவருமே அறியார்
ஆடிக் குதிக்கும் அரைகுறைத் திறமை
கூடிக் கவிழும்; குடமும் உடையும்!
கையளவே தான் கற்றவை என்று
கலைமகள் கூடக் கற்கிறாள் என்பர்!
பொய்யள வாலே பொருள்வழிக் கண்டோர்
பூட்டா வாயினிற் புலம்புதல் தரியேன்
தூற்றுவ தெண்ணேன்; துணிந்தன சொல்வேன்
திறமையை மீறிச் செல்வம் தருவது
திரைத்துறை ஒன்றே; தினமும் நினைக!
எத்தொழில் வேறு இயற்றினும் நமக்கு
இவ்வள வுடைமை எங்ஙனம் கிடைக்கும்?

நண்பரீர்! சற்று நாற்சுவர் நடுவே
சிந்தனை செய்தால் சிறந்தன தோன்றும்!
முறையு டன்தொழிலை முடிப்பது திறமை!
அறிவுடை யோரை அணைப்பது முறைமை!
பணிவுடன் வாழ்தல் பணத்தையும் காக்கும்
வாழவிட் டால்தான் வாழவும் முடியும்
பிறர்கெட வாழ்தல் பெருங்கே டாகும்!
அஞ்சுவ தஞ்சி அடங்குவ தடங்கி
அன்பொடு பண்பும் அறிவுந் திறனும்
கண்டவர் வியக்க(க்) களித்த லில்லாது
கண்ணாடி பார்த்துக் களிப்பது வெட்கம்!
உண்மையின் வடிவம் உள்ளத்தை வாட்டும்
சொன்னது தவறெனில் தோழர்கள் பொறுக்க!

பாவை வந்தாள்

மங்கல முரசு முழக்குங்கள்
மணமலர் எங்கும் தூவுங்கள்
திங்கள் மாதர் திரளுங்கள்
செவ்விள நீர்கள் திறவுங்கள்

    தைமகள் இன்றே வருகின்றாள்— அத்
    தைமகள் இங்கே வருகின்றாள்!

ஆடை திருத்தி அணியுங்கள்
அழகிய கூந்தல் முடியுங்கள்
வாடை மலரைச் செருகுங்கள்
வண்ணப் பூவிதழ் மலருங்கள்

    தைமகள் இன்றே வருகின்றாள்— அத்
    தைமகள் இங்கே வருகின்றாள்!

நெற்றியில் குங்குமம் தீட்டுங்கள்
நெய்மை விழியிற் கூட்டுங்கள்
வெற்றிப் புன்னகை சூட்டுங்கள்
மெல்லிய மடவீர் கூடுங்கள்

தைமகள் இன்றே வருகின்றாள்— அத்
தைமகள் இங்கே வருகின்றாள்!

புத்தம் புதிய பானையிலே
பொன்னிப் புனலை ஊற்றுங்கள்
முத்துப் பற்போல் பச்சரிசி
முற்றும் களைந்து போடுங்கள்

தைமகள் இன்றே வருகின்றாள்— அத்
தைமகள் இங்கே வருகின்றாள்!

எங்கள் தமிழர் திருநாளாம்
என்றும் ஆண்டில் ஒருநாளாம்
பொங்குத் தைமகள் வருவாளாம்
புதுமை வாழ்வினைத் தருவாளாம்

அவள்தான் இன்றே வருகின்றாள்— தை!
மகள்தான் இங்கே வருகின்றாள்!

வாழிய வாழிய தைப்பாவாய்!
வந்தருள் செய்வாய் தைப்பாவாய்!
ஆழியும் வானும் மறைந்தாலும்
அன்னைத் தமிழைக் காத்தருள்வாய்!

விடுதலை

மூச்செல்லாம் கனலாய் மாற
    மூங்கையாய் நெடுங் கானத்தே
பேச்சிலா திருந்தாள் காதற்
    பெண்மயில் தலைவன் எண்ணி;
காற்சிலம் பொலிக்க வந்தாள்,
    காதலன் வந்தா னில்லை!
வேற்பெரும் கண்கள் சோர
    வெந்தனள் நிலவுத் தீயில்!

கைச்சிறைப் படுவோம் என்று
    கனிந்துவந் திருந்த கன்னி
பொய்ச்சிறை புகுந்தாள்; மென்மைப்
    பூமகள் தனிமை புக்காள்!
"இச்சிறை வாசம் தந்த
    இனியவன் வருவா னாயின்
அச்சிறைக் குள்ளே வைப்பேன்
    அடக்குவேன் மனத்தில்!" என்றாள்,

மலர்ச்சிறைப் பட்ட வண்டும்
    மனச்சிறைப் பட்ட அன்பும்
கலைச்சிறைப் பட்ட கண்ணும்
    கைச்சிறைப் பட்ட தோளும்

மலைச்சிறைப் பட்ட மேகம்
    மயங்குதல் போல வாடும்!
தலைமகள் பட்ட பாடு
    தனிமையில் அஃதே யாகும்!
சிறைபெருங் கொடுமை யேனும்
    சிந்தனை அங்கே தோன்றும்
அறையிடத் தனிமை கொண்டோர்
    அறிவெலாம் நதிபோல் பல்கும்;
இருள்அகன் றொருநாள் நெஞ்சை
    இயக்கிய தளைகள் மாறி
வரும்பொழு துலகத் துள்ள
    வாழ்வெலாம் அவரே வாழ்வார்!

காதலோ, கடமையோ எக்
    காரிய மேனும் மாந்தர்
சோதனைப் பொறுமை கொண்டால்
    சுதந்தரச் சுகங்கள் தோன்றும்;
காதலி சிறைமீண் டாள், தன்
    காதலன் தோளிற் சாய்ந்தாள்!
வேதனை தீர்ந்தாள்! வாழ்வில்
    விடுதலை உணர்ந்தாள்! வாழ்ந்தாள்!

கல்லறைக் காவியம்

பரந்தமலைப் பனிவாடாய்! ஒன்று சொல்வேன்
பாரதப்பொன் நிலம்நோக்கிப் பறக்கும் போது
திறந்தவெளி வானத்தே நீந்தும் போது
திருநாட்டின் மகள்முகம் காணும் போது
அருந்திறத் தோன்எந் தலைவன் மேனிதொட்டு
அணைக்கின்ற போதிலொரு சேதி சொல்வாய்!
"இறந்துவிட்டான் ஒருதோழன் களத்தில்! அந்த
இளையமகன் உரை"யென்றே இதனைச் சொல்வாய்:

"நீதிக்கோர் குன்றெனவே நிமிர்ந்த நெஞ்சே!
நேர்மைக்கோர் நதியென்றே தவழ்ந்த நெஞ்சே!
தீதுக்கும் அருள்புரியும் சிறந்த நெஞ்சே!
சிறிதேனும் அஞ்சற்க! செங்க ளத்தில்
மோதித்தம் உயிர்நீக்கும் மூத்த மக்கள்
முழுவதுமே நின்மக்கள்! நீப ணித்தால்
கோதித்தங் குழல்பின்னிக் கலன்க ளேந்தி(க்)
கோதையரும் பகைவெல்வர்! காந்தி ஆணை!

இறப்புக்கும் வாழ்வுக்கும் இடையில் நின்றே
இதனையான் வரைகின்றேன்! தியாகி யென்னும்
சிறப்புக்குள் புகுமுன்னம் செப்பு கின்றேன்
செம்மாந்த மாத்தலைவ! தேச மக்கள்
குறிப்புக்குள் ஒருவரியாய்க் கொள்வர் என்னை!
குணங்கெட்டு நோய்வாயில் மடிந்தி ருந்தால்
இறப்புக்கென் றழுவாரும் மறப்பர் என்னை!
இன்றோயான் சரிதத்தில் ஏறு கின்றேன்!

என்னருகே இருநூறு பிணங்கள் இங்கே;
இவ்வளவும் என்நாடு வாழ்வ தற்கே!
மன்னவனே! என்காலம் உழவுக் காலம்;
மற்றவர்கள் வருங்காலம் நடவுக் காலம்!
பின்னர் வருங் காலமதே அறுவடைக்குப்
பெருநாட்டின் மக்களெல்லாம் திரளுங் காலம்!
என்னுயிரே! பலகாலம் போரிட் டாலும்
இறுதியிலே அறுவடையை நாமே கொள்வோம்!

ஒருயிரும் குறையின்றி வாழ்வ தற்கே
உயிராகி வந்தவனே! உலக உள்ளந்
தோறுமொளி துலங்கவரும் தூய தாயே!
தூய்மைக்குச் சோதனைதான் இயற்கை செய்யும்!
மாறிவரும் காலமதில் மனித ரெல்லாம்
வணங்கவரும் பெருந்தலைவா! வருந்த வேண்டா!
ஊறிவரும் உணர்ச்சியிலே மக்கள் வெள்ளம்
ஒருயிராய்த் திரண்டுவரும் பகையை வெல்லும்!

என்மனைவி தமிழ்நாட்டில் இருக்கின் றாள்காண்!
இனியமகன் பள்ளியிலே பயில்கின் றான்காண்!
பொன்கோத்துச் சிறுபூயில் செய்து போட்ட
பூந்தாலி ஒன்றுண்டு எங்கள் வீட்டில்!
புன்னகையைக் கழற்றாத அவளைக் கேட்டுப்
பொன்னகையைப் பெற்றுக்கொள் பூமி வாழ!
தன்னிகரில் லாதவனே! தாயே! வாழ்க!
சாகின்றேன்! போகின்றேன்! சாந்தி! சாந்தி!"

நிம்மதி

நாயகனைச் சிலைவடிவில்
நாட்டிவைத்த சைவர்திருக்
கோயிலுக்குள் நான்போனேன் தோழி— அவர்
குரலங்கே கேட்கவில்லை தோழி!

மாயவடி வானதிரு
மாலிருக்கும் சோலையிடைத்
தூயவனைக் காணவந்தேன் தோழி— அவர்
சொல்லுமொழி கேட்கவில்லை தோழி!

தூயநபி நாயகத்தின்
சொல்லறிய அல்லாவின்
வாயிலுக்குள் சென்றுவந்தேன் தோழி— அவர்
வார்த்தமொழி கேட்கவில்லை தோழி!

பாவமனந் தீர்த்தருளும்
பண்புடைய தேவனவன்
கோயிலுக்குள் மண்டியிட்டேன் தோழி— நிலை
கொள்ளவில்லை வந்துவிட்டேன் தோழி!

சித்தமொரு மித்துவரப்
பக்திவழி முத்திபெறப்
புத்தனையும் பார்த்துவந்தேன் தோழி— அவன்
புன்னகையைக் காணவிலை தோழி!

என்மதியில் ஊடுருவும்
துன்மதியைத் தீர்த்துமன
நிம்மதியை வேட்டதடி நெஞ்சம்— உயர்
தம்மதியைக் காட்டவிலை அஞ்சும்!

காடுமலை வான்முகில்கள்
காற்றுமழை நீர்நெருப்பு
கூடிவர வைத்தவனைக் காணேன்— ஒரு
கூடிழந்த பறவையென ஆனேன்!

பொன்பொருளும் மாளிகையும்
பூவுலக மேனிலையும்
உன்னிடத்து யான்தருவேன் வாராய்— நீ
உன்னுடைய நிம்மதியைத் *தாராய்!*

மனிதரில் இறைவன்

எங்களுக் கொருவன்! தோழன்!
இயற்கைமுத் தமிழ்வா னத்தின்
திங்களஞ் செல்வன், வெற்றித்
திறத்தினன், தமிழர் தாதை,
தம்பெருங் கலைக்கூ டத்தில்
தரத்தொடும் பலரைத் தந்தோன்
பொங்குமிவ் வுலகின் ஊழிப்
புயலிடை மறைந்தான்! போனான்!

போனவன் பல்லோ ருள்ளும்
பூமிஉள் ளளவும் நிற்கும்
வானவன் ஆனான் என்றால்
வண்டமிழ்த் திறத்தை ஆய்ந்து
தேனெனும் பொருள்கள் தேடித்
திறம்பட நடித்துக் காட்டி
ஞானமெய்ப் பாலை ஊட்டும்
நலத்தினால் ஆனான் என்பேன்!

தலைமுறைக் கொருவ ரேஇத்
தகுதியைப் படைத்தல் ஏலும்
விலைமதிப் பரிய தான
வியத்தகு ஞானம் கொண்டோன்

சிலையெனக் காலந் தாண்டிச்
    சிரிப்பதைப் பன்னூ றாண்டின்
உலகியல் வரலாற் றுள்ளே
    ஒருமுறை காண்கின் றோம்யாம்!
நகைச்சுவை மன்னன் அல்லன்;
    நற்கலை வாணன் அல்லன்;
வகைப்படு திறங்கள் காட்டும்
    மதியினன் அல்லன்; நேரும்
பகைப்புலத் தன்பைச் சிந்தும்
    பண்பினால் என். எஸ். கிருஷ்ணன்
மகவுளம்; மானம் மிக்க
    மனிதரில் இறைவன் உள்ளம்!

(திரு. என். எஸ். கே. நினைவுநாள் மலர்)

கவிஞனுக்கு அஞ்சலி

ஆன்ற கவிஞர் அனைவோர்க்கும் முன்முதலாய்த்
தோன்றுங் கவிதைச் சுடரொளியே! நீவாழ்க!

பேசுந் தமிழிற் பெரும்பொருளைக் கூறிவிட்ட
வாசத் தமிழ்மலரே! வாரிதியே! நீவாழ்க!

தொட்டதெலாம் பொன்னாகத் துலங்கும் கவிக்கடலே!
பட்டமரந் தழைக்கப் பாட்டெடுத்தோய்! நீவாழ்க!

எங்கே தமிழ்என்று என்தமிழர் தேடுகையில்
இங்கே தமிழென் றெடுத்துவந்தோய்! நீவாழ்க!

கருக்கிருட்டில் பாழ்குழியில் கால்பதிந்த செந்தமிழை
உருக்குமொளி மண்டபத்தில் உலவவிட்டோய்! நீவாழ்க!

நெஞ்செலும்பு கூடாகி நிலைகுலைந்த மானிடரை
அஞ்சுதலை விட்டு அழைத்துவந்தோய்! நீவாழ்க!

மூட்டறுந்து கால்முடங்கி மூக்கா லழுதவரைக்
கூட்டிவந்து வேல்கொடுத்த கொற்றவனே! நீவாழ்க!

நாடுமொழி நாடாது நாடுவன கேடாகக்
கூடெடுத்தோர் மேனிக்குக் குருதிதந்தோய்! நீவாழ்க!

இமயமலை மேற்றொடங்கி இளங்குமரி எல்லைவரை
தவழ்ந்துவரும் சந்திரனே! சாரதியே! நீவாழ்க!

என்றுவரும் என்றே ஏங்கிநின்ற சுதந்தரத்தைக்
கண்டவன்போல் பாடிவைத்த கற்பனையே! நீவாழ்க!

தாயின் மணிக்கொடியைத் தலைமேல் மிதக்கவிட்டுச்
சேயாய் அகங்குளிர்ந்த சித்தனே! நீவாழ்க!

காலக் கடல்கடந்து கவிதையெனும் தோணியிலே
நீளவழி வந்தவனே! நித்திலமே! நீவாழ்க!

பாரதத்தை வாழவைக்கப் பாட்டெழுதிப் பாட்டெழுதிப்
பூரதத்தில் ஏறிவிட்ட பொன்மகனே! நீவாழ்க!

குயில் பாடிய குயில்

ஓராயிரம் குயில்கள்
 உட்காரும் சோலையிலே
ஒருகுயில் கண்டானடி — பாரதி
 உடன் குயிலானானடி!

தேராயிரம் தவழும்
 செந்தமிழ் வீதியிலே
தேரொன்று கொண்டானடி — பாரதி
 சிலையென் றமர்ந்தானடி!

காராயிரம் மிதக்கும்
 ககனத்திலே பறந்து
காரினுள் ஒளிந்தானடி — பாரதி
 கவிமழை பொழிந்தானடி!

தானென் றகந்தை கொண்டு
 தலைசாய்க்கும் மன்னர்முன்னும்
நானென்று நின்றானடி — பாரதி
 நாட்டினை வென்றானடி!

பத்துவிரல் களுள்ளும்
      பாட்டினை ஊற்றிவைத்து
முத்தாய் உதிர்த்தானடி— பாரதி
      முடிகொண் டமர்ந்தானடி!

காணி நிலத்தை எண்ணிக்
      கனிந்து கிடந்த மன்னன்
மாநிலம் பெற்றானடி— மேலும்
      வானையும் தொட்டானடி!

பாரதி பாடிவைத்த
      பாடலுக் கீடுவைக்க
யார்கவி செய்வாரடி— பாவலர்
      வேறெதைச் சொல்வாரடி?

ஈடாக ஒருவரில்லை

ஈடாக ஒருவர் இல்லை— அவர்க்கு
இணைசொல்ல அரசர் இல்லை! ...ஈடாக

ஏடெங்கும் தமிழ் வாசம்
எழுத்தெங்கும் கலை வாடை
நாடெங்கும் தமிழ் கொண்டு
நடைபோடும் எழுத்தா ளர்க்(கு) ...ஈடாக

சரியென்று கண்டாலோ முடிசூட்டுவார்— அது
தவறென்று கண்டாலோ படைகூட்டுவார்
அறியாத மாந்தர்க்கும் அறிவூட்டுவார்— தமிழ்
அன்னைக்கு முத்தார நகைசூட்டுவார்! ...ஈடாக

உடலுக்குப் பாலூட்டும் தாய்போலவே— தமிழ்
உயிருக்குப் பாலூட்டும் எழுத்தாளரே
கடலாழம் அவர்கொண்ட கருத்தாழமே— எந்தக்
காலங்கள் மறைந்தாலும் உயிர்வாழுமே! ...ஈடாக

பல்லாண்டு

எண்ணாமல் இருந்த பேரும்
    எழுத்தையே மறந்த பேரும்
உண்ணாமல் அலைந்த பேரும்
    உறங்காமல் கிடந்த பேரும்
கண்ணான கல்வி கற்றுக்
    காலத்தை வெல்வான் செய்த
அண்ணா மலைக்குப் பிள்ளை
    அனைவர்க்கும் வழங்கும் முல்லை!

வானுறு மதியம் போலும்
    வளர்பொன்னி நதியம் போலும்
கானுறு தருவைப் போலும்
    கம்பன் சொற்கவிதை போலும்
தீநறுந் தேன்சேர்க் கின்ற
    தென்பாங்குத் தேனீ போலும்
ஆனவர்க்கறுப தாண்டு
    ஆயது! வாழ்பல் லாண்டு!

எட்டுநாட் டரசர் கூடி
    இயற்றுமோர் தொழிலைக் கூடச்
செட்டிநாட் டரசர் செய்தால்
    திறமையால் தனியே செய்வார்;

தொட்டதோர் துறையில் வெற்றி
    துலங்கிடும் மணிக்கை இன்று
தொட்டதோர் அறுப தாண்டு!
    தூயவன் வாழ்பல் லாண்டு!

நெடுங்கரம் மேற்பால் கூப்பி
    நிமிர்தலை மார்பில் சாய
இடுமவர் வணக்கம் கொண்ட
    எளிமையைக் காட்டும்! மன்னர்
நடையுடன் உடையும் பண்பு
    நலம்பெற்ற மனதைக் காட்டும்!
படையமை மறவர் நாட்டுப்
    பாண்டியன் வாழ்பல் லாண்டு!

பாட்டிலே தமிழன் வாழ்வைப்
    படைத்தவன் பெயரை எந்த
நாட்டிலே வாழும் போதும்
    நம்மவர் நினைப்பார்! நாளும்
வீட்டிலே விளக்கம் ஏற்றி
    விழுகணீர் துடைக்கும் மன்னன்
ஏட்டிலே தமிழில் நின்று
    இயங்குக பற்பல் லாண்டு!

(ராஜாசர் திரு முத்தையா செட்டியார் அறுபதாம் ஆண்டு நிறைவு விழா மலர்)

ஒப்பிலா மணியே!

அறிவே வருக! அனலே வருக!
அமைதிப் புனலே! தெளிவே வருக!
உருவில் சிறிதாய் உரத்திற் பெரிதாய்
உடைவா ளெடுத்த உயிரே வருக!

இமயம் குமரி இடைப்படு மண்ணில்
சமயங் கலந்த சமத்துவ நாட்டில்
படை கொடுவந்த பகைவர் கூட்டத்தை
தொகை தொகையாகத் தூள்தூ ளாக்கிய
குகைவாழ் புலியே! குன்றமே வருக!

சென்றேன் கண்டேன் வென்றேன் என்ற
சீசரைப் போலச் சிறந்தோய் வருக!
குன்றாம் ஜவாகர் கொடுத்த படைக்கலம்
இன்று பயன்பட இயக்கியோய் வருக!
கற்றூண் பிளந்த சிற்றுளி வருக!

மூவடி மண்ணில் முன்னடி தொடங்கி
ஓரடி யாலே உவகை யளந்து
மாவலி தலையின் மமதை யளந்த
வாமனா வருக! மன்னவா வருக!
நாலடி உருவென நகைத்த சூரனை
வேலடி அடித்த வேலவா வருக!

பாரதப் போரில் பார்த்திபன் தளபதி
பார்த்திபன் தேருக்குப் பரமன் சாரதி!
பாகிஸ்தான் போரில் சாஸ்திரி தளபதி
சாஸ்திரி தேருக்குச் சாரதி காமராஜ்!

பாரதப் போரிலே பாண்டவர் தோற்பரோ?
கண்ணனை நம்பினோர் கைவிடப் படுவரோ?
துரோணா சாரியார் சூழ்ச்சி பலிக்குமோ?
திரௌபதி சபதம் தீர்ந்து விடாதோ?
பகைவர் மேனியைப் பலபடப் பிளந்து
குருதி எடுத்துக் கூந்தலில் நீவி
பாரத தேவியைப் படாதொ ழிவமோ?
பாரததேவி படைபெறா மலடியோ?

தருமன் போலொரு ஜனாதி பதியை(த்)
தந்து வளர்த்த தாயவ ளிலையோ?
அர்ஜுன சாஸ்திரி அளித்தவ ளிலையோ?
பீமன் சவாணைப் பெற்றவ ளிலையோ?
நகுலன் போலொரு நந்தா இலையோ?
சகாதே வன்நிகர் சாக்ளா இலையோ?
இத்தனை படையையும் இயக்கும் சக்தியாம்
கண்ணனைப் போலொரு காமராஜ் இலையோ?

முப்படைத் தலைவர்கள் முகம்பார்த் தாலே
எப்படை வெல்லும்? எப்படை துணிவுறும்?

ஒன்றே நினைவென உயர்ந்தது நாடு!
குன்றாப் பெரும்புகழ் குவித்தது பாரதம்!

கோதுமைக் கப்பலில் கொள்கைச் சுமையை
ஏற்ற நினைத்தோர் இணைந்து பணிந்தனர்!

வெடித்தபின் னால்தான் வீரம் தெரிந்தது!
அடித்தபின் னால்தான் ஆண்மை புரிந்தது!
வடித்தபின் னால்தான் வளம்விளங் கிற்று!

இப்பெரும் புகழ்சேர் ஒப்பிலா மணியே
ஜவாகர் லால்பகதூ ரெனச் சரித்திரம்
தொடரச் செய்த தூய தலைவனே!
தென்றமிழ் நாடுநின் திருமுகம் காண
வந்து திரண்டது வாழ்நின் கொற்றம்!
பாரதம் வாழ்க! படைக்குலம் வாழ்க!
சாஸ்திரி காமராஜ் சரித்திரம் வாழ்க!

(பாரதப் பிரதமர் திரு. லால்பகதூர் சாஸ்திரி சென்னை வந்தபோது பாடிக்கொடுத்தது.)

ஜீவானந்தமே!

மேடையில் ஒருவேங்கை பாயுமை கைகளை
 விண்ணோக்கி வீசி வருமே
வீறுகொண் டோர்யானை போரிற் கிளம்புமே
 வெஞ்சேனை முறுக் கேறுமே

கோடையின் இடிகொண்டு கொட்டுமே வார்த்தையில்
 கொஞ்சுதமிழ் விளை யாடுமே
குன்றங் கொடுத்ததோள் மன்றாட ஆடுமே
 கொற்றவன் எழில் தோன்றுமே

நாடென்றும் நாடுமே நாடுவென யாவுமே
 நாட்டிற் களிக்க வருமே
நற்கொள்கை ஏற்றுமே நாளெலாம் வீதியில்
 நடைபோட் டசைந்து வருமே

பாடென்னு முன்னமே பலபாடல் ஊறுமே
 பகைவர்க்கும் அமு தாகுமே
பற்றுவன பற்றுமே பற்றியதை முற்றுமே
 பாலாக்கி உண்டு விடுமே

ஆடியும் ஓடியும் அறமே வளர்க்குமே
ஐயகோ ஏழை மனமே
அம்மேனி சாய்ந்ததே! அம்மேனி வெந்ததே!
அண்ணல் ஜீவா னந்தமே!

(பொதுவுடைமைக் கட்சித் தலைவர், திரு.ப. ஜீவானந்தம் மறைவு குறித்து)

பூப்படுக்கை

மன்னவர்க்கு மன்னவன் மாகவிஞன் பேரறிஞன்
தன்னே ரிலாத தமிழ்ப்புலவன் கண்மறைந்தான்
பொன்னாடும் பூந்தழிழும் பொருளாய் உலவியன்
தன்னாவி நீத்தவனாய் தனியுறக்கம் கொண்டு விட்டான்
இன்னொருவன் எப்போது இங்கே பிறப்பானோ?
இப்படியோர் தோற்றம் எவர்க்கினிமேல் வாய்த்திடுமோ?

சாகும் வரைக்குமவன் தலைநிமிர்ந்தே நின்றிருந்தான்
வேகுமோ பொன்னுடலம்? வெந்தணலின் வாய்ப்படுமோ?
பூப்படுக்கை கொண்டானைப் பூதலந்தான் மறந்திடுமோ
இல்லை! இவனினைவை எந்நாளும் நாம்வடிப்போம்
வல்லதமிழ்த் தேனீயை வாழ்த்தி வணங்கிநிற்போம்!

(புரட்சிக்கவிஞர் திரு. பாரதிதாசன் மறைவு குறித்து)

காவலர் கண்ணீர்

ஐயோ! தமிழே! அறிவறியாச் சிறுவர்களே!
பொய்யான கற்பனையில் போர்தொடுத்த மாணவர்காள்
உங்கள் செவிகளிலெம் ஓலம்விழ விலையோ?
உங்களுடன் பிறந்தவரை உயிர்வாங்கி விட்டீரே!
ஊரமைதி நாடி ஒருதுணையு மில்லாமல்,
ஆயுதமு மில்லாமல் அகப்பட்டோம் என்பதனால்
கைகட்டி வாய்மூடிக் கனல்மூட்டி எமைக்கொன்று
சீனத்துக் கூலிகட்குத் தீனிதந்து விட்டீரே?
கண்ணீரில் மனையாட்டி, கைக்குழந்தை, பள்ளிக்குச்
சென்றுவரும் பிள்ளை தேம்பியழ வைத்தீரே!
காலத்தை எதிர்பார்த்துக் காத்திருந்த காலிகளே!
மாணவர்க ளூடேமா ணவர்போல் வேடமிட்டு
ஆனவரை கெஞ்சி அழுதும் தொடர்ந்துவந்து
உயிரோடு தீயிலிட்டு உள்ளங் களித்தீரே!
தாயே!எம் மனைமாதர் தாலிபறித் தனரே!
நாங்கள் தமிழரம்மா! நாடும் தமிழகந்தான்!
இப்படியோர் வெங்கொடுமை இதுவரைக்கும்
கேட்டீரோ?
யார்செய்தார்? நீரறிவீர்! நாடறியும்! அரசியலில்
போராட முடியாத பொட்டைத்தலை வரெலாம்
மாணவரைத் தூண்டிவிட்டு மாமுனிபோல் பேசுகிறார்!
இந்த நெருப்பு இன்றோடு போய்விடுமோ?
காவலுக்கென் றோடிவந்த காவலர்க்கே நிலை இதெனில்
காவலிலா மானிடரைக் காத்தருள யாருளரோ?

ஆட்சியினர் எம்மை அடக்கிவைத்து விட்டதனால்
வேட்டைக் கடாக்களென மேல்விழுந்து கொல்லுகிறார்!
சுட்டாலும் குற்றம்! சுடாமல் காலிகளால்
செத்தாலும் எம்மைச் சீந்துவார் யாருமில்லை!
ஊர்ப்பாது காப்புக்கு உறுதியாய் நிற்பவர்க்கு
தற்போது காப்புச் சற்றேனும் இல்லையெனில்,
சட்டம் ஒழுங்கெல்லாம் சந்தியிலே வேகாதோ?
நீதி தெரிந்தோரே! நெறிபேசும் பெரியோரே!
பதவிக்கு உயிர்வாங்கும் பாவிகளே! எம்முடலை
எரித்த நெருப்பால் ஏங்கியழும் பிள்ளைகளால்
தாலியிழந்து விட்ட தாரங்கள் கண்ணீரால்
கேட்கின்றோம்! இந்தக் கேள்விக்கு என்னபதில்?
இன்றைக்கு நாங்கள்! இப்படியே போகாவிட்டால்
நாளைக்கு நீங்கள்! நடமாடும் ஏழைமக்கள்!
என்னசெயப்போகின்றீர்? எங்குவிடப் போகின்றீர்?
சீனத்துக் காலிகளைத் தீப்பந்தம் கொள்ளவிட்டு
ஊரைக் கெடுத்துவிட்டால், உமக்கும் அமைதியில்லை!
கடமையிலே வாழ்ந்தோம்! கடமைக்கே உயிர் நீத்தோம்!
புனிதக் கடமையெனப் பூமிக்கும் மக்களுக்கும்
அடுப்புக்கும் தொழில்செய்தோம்! ஐயோ!
அணிந்திருந்த
உடுப்பால் பகையானோம்! ஊர்க்கெடுக்கும் காலிகளால்
நெருப்புக் கிரையானோம்! நிலத்தில் இதற்கெல்லாம்
பொறுப்பானோர் வாழட்டும்! போகின்றோம்!
போகின்றோம்!

(இந்தி எதிர்ப்புக் கிளர்ச்சியில், திருப்பூரில் நெருப்பு வைத்துக் கொலை செய்யப்பட்ட இன்ஸ்பெக்டர்கள் வெங்கடேசன், ராமசாமிக்காக.)

காலத்தின் கோலமே!

வண்டெனப் பறந்து
    வாலிபர் உலகில்
தொண்டு புரிந்தவன்
    தூயதமிழ் மகன்
கண்டு களித்தவர்
    விழிகள் இமைக்குமுன்
கொண்டு மறைத்தது
    காலத்தின் கோலமோ!

மலரினும் மென்மையன்
    வானினும் தூய்மையன்
அலையினும் ஓய்விலான்
    ஆற்றினும் கடுகலான்
நிலையினிற் செம்மையான்
    நினைவினிற் பசுமையான்
தொலைவழி போயினும்
    தோற்றுவான் நெஞ்சிலே!

அன்பினிற் சிறந்தவன்
 அஜீஸ்எனும் நண்பனே!
பண்பினில் அவனொரு
 பழந்தமிழ் மரபினன்!
மென்னகை ஒளிவர
 விரித்தகை கூப்புவான்
தன்னையும் மறந்திந்தத்
 தாரணி வணங்குமே!

(தமிழ்நாடு இளைஞர் காங்கிரஸ் அமைப்பாளர், திரு. அஜீஸ் மறைவு குறித்து)

என்னை அழவிடு

என்னை அழவிடு! என்னை அழவிடு!
அன்னை என்னை அழவே படைத்தாள்!

தன்னந் தனியே சாய்ந்து படுத்து
தலையணை நடுவே இருவிழி புதைத்து
தாயொடு தந்தை தமக்கை தலைமுறை
சரஞ்சர மாகப் பிரிவதை நினைத்து...

என்னை அழவிடு! என்னை அழவிடு!
அன்னை என்னை அழவே படைத்தாள்!

கண்ணீர் ஒன்றே கவலையைத் தீர்க்கும்
கவலை முடிவில் அனுபவம் சேர்க்கும்
ஆற்றா அழுகை அமைதியின் அன்னை
அஞ்சும் நெஞ்சும் அழுதால் தெளியும்...

என்னை அழவிடு! என்னை அழவிடு!
அன்னை என்னை அழவே படைத்தாள்!

நண்பர்க்காக ஒரு நாலுநாள்; அன்னை
நாட்டுக்காக ஒரு நாற்பது; கொண்ட
அன்புக்காக ஓர் அறுபது; பெற்ற
அறிவுக்காக ஓர் ஆயிரம் நாளும்...

என்னை அழவிடு! என்னை அழவிடு!
அன்னை என்னை அழவே படைத்தாள்!

பொருள்கடன் தந்தோன் வெளியில் நிற்கிறான்
உயிர்கடன் தந்தோன் உச்சியில் உள்ளான்
இருகடன் பெற்ற பெருங்கடன் காரன்
இதயக் கடனைக் கண்களால் இறக்க...

என்னை அழவிடு! என்னை அழவிடு!
அன்னை என்னை அழவே படைத்தாள்!

கண்ணீர் வடித்துக் கரைத்து இளைத்து
மாண்டு படுத்தால் மயானம் வரைக்கும்
தூக்கி வருவோர் தோள் வலிக்காது
சுடப்படும் போதும் நெய் கேட்காது...

என்னை அழவிடு! என்னை அழவிடு!
அன்னை என்னை அழவே படைத்தாள்!

வானம் அழுவது மழையெனும் போது
வையம் அழுவது பனியெனும் போது
கானம் அழுவது கலையெனும் போது
கவிஞன் அழுவது கவிதையா காதோ?...

என்னை அழவிடு! என்னை அழவிடு!
அன்னை என்னை அழவே படைத்தாள்!

(தனது தமைக்கை திருமதி. ஞானாம்பாள் ஆச்சி மறைவின் ஆற்றாமையால் பாடியது.)

கண்மணி தென்றல்

தண் பொதிகைவிட்டுச்
    சரம்போல் எழுந்துவந்து
தள்ளாடி வானிற்
    றவழ்ந்து நடைபயின்று
பெண் தனிமைவிட்ட
    பெருமூச்சுப் போலிறங்கிக்
கண்மயக்கம் கொண்டு
    மண்தலையில் கால்பாவி
சுற்றக் கொடிகளுக்கு
    முற்றுஞ் சுகமளித்துப்
பூத்தலையில் கைகோதிப்
    புற்றலையில் வாய்சுவைத்து
வாய்த்தவரை இன்பம்
    வாரிஎடுத்து வந்து
வைகை நதியினிலும்
    வளர்பொன்னி மேனியிலும்
கைவைத்து நடனமிடும்
    கன்னியினைத் தென்றலென்பார்!

அத்தென்றல் கண்ட
    ஆன்ற தமிழ்ப்புலவர்
சித்தந் தடுமாறிச்
    செம்பாதி மதிமயங்கி

முத்தங் கொடுத்தார்;
　　முழுப்பாட்டுப் பாடிவைத்தார்!
மோகனப்பூந் தென்றலுக்கு
　　முகம்வாய்கண் கைகொடுத்தார்!
பிள்ளையெனச் சொன்னார்;
　　பெண்ணென்றார்; தந்தபுகழ்
கொள்ளையெனச் சொன்னார்;
　　குளிர்ந்தார்; அகமகிழ்ந்தார்!

செந்நாப் புலவரவர்
　　சிரந்தொட்ட தென்றலினும்
யான்கண்ட தென்றல்
　　அகத்தழகில் வேறாகும்!
ஐம்பொறியாம் வாசல்
　　அனைத்துள்ளும் நடைபோட்டு
ஐம்புலனைத் தொட்டென்
　　அறிவைத் தனக்கெடுத்துப்
பைம்பொழில் வாய்தோறும்
　　பரவிச் சபையடைந்து
பல்லாயிர வர்க்குப்
　　பால்கொடுத்த தென்றலது!

மூடர் அகத்திருந்த
　　முள்ளெடுத்து நோய்தீர்க்கும்
ஏடாக வந்த
　　இளந்தென்றல் செல்வமது!

கற்றோர் அவைக்குக்
    களிப்பூட்டுந் தென்றலது!
கல்லாத மாந்தர்க்கும்
    கண்கொடுத்த தென்றலது!
பெற்றோர்க்குப் பிள்ளை;
    பிள்ளைக்குத் தாய்; உறவே
அற்றோர்க்கும் சொந்தம்;
    அரிவையர்க்கு மணவாளன்;
காளையர்க்குக் கன்னி;
    காதலர்க்குத் தூதுமடல்;
பாளை மணக்கவரும்
    பாலகர்க்குத் தொட்டிலது!

மாமன்றத் தேறி
    மார்தட்டி, 'வாதிடுவோம்
நா'மென்று வந்த
    நல்லதமிழ்த் தென்றலது!
என்னை அறியார்
    எனையறிய, இயற்கையிலே
தன்னை அறியார்
    தனையறியச் சொல்லுணர்ந்து
முன்னைத் தமிழ்க்கிளையில்
    மோதிவந்த தென்றலது!
ஆயர் குழலூடே
    ஆடி இசைபடைத்து
வாயெல்லாம் கவிபாட
    வைத்துவிட்ட தென்றலது!

போயொருவர் கேட்கப்
பொருள்வேறே இல்லையென்று
மேதக்கோர் போற்ற
வீசிவந்த தென்றலது!

பேரா சிரியர்களும்
பெரும்பொருளைத் தேர்ந்துணர
ஓரா சிரியனென
ஓடிவந்த தென்றலது!
காராட்சி செய்யும்
கருங்குழலார் நெஞ்சத்துள்
நேராட்சி செய்யும்
நேர்நிறையோ டத்தனையும்
ஆராய்ச்சி செய்த
ஆயிரத்தோர் தென்றலது!
கம்பன் அடிச்சுவட்டில்
கால்வைத்த தென்றலது!
காவிரியின் வெள்ளமெனக்
கரைகடந்த தென்றலது!

முக்காலந் தானுணர்ந்த
முனிவரையும் யாம்படிப்ப(து)
எக்கால மென்றே
ஏங்கவைத்த தென்றலது!
செம்பொற் சிலம்பிசையைத்
தேற இசைத்தவரும்
தம்பொற் சிலம்பெனவே
சாற்றிவந்த தென்றலது!
உள்ளுவதெல்லாம் உயர்வாய்
உற்சவத்துத் தேரெனவே

வள்ளுவனார் சொல்லை
        வாரிவந்த தென்றலது!
பெண்பாலர் ஆடவர்கள்
        பேராசை கொண்டவராய்
வெண்பாவில் ஊறி
        விளையாடும் தென்றலது!
'கண்டால்தான் காமம்;
        கைக்கலயத் தோடெடுத்து
உண்டால்தான் கள்'ளென்(று)
        உரைத்தானும் இன்றிருந்தால்
கண்டாலும் உண்டாலும்
        கனவுலகி லிருந்தாலும்
ஒன்றே சுகமதுதான்
        உயிர்மணக்கும் தென்றலெனச்
சொல்லவைக்கும் தென்றலது!
        துலங்கவைக்கும் மன்றமது!

அத்தென்றல் தன்னை
        அறிவறியாப் பாலகர்பால்
வைத்தேன்; அதனால்
        வளர்ந்தகிளை ஒடிந்ததம்மா!
தூக்கி யணைத்துத்
        தொட்டிலிட்டுத் தாலாட்டி
வாக்கில் மனத்தில்
        வைத்திருந்த தென்றலது
போக்கறியார் கையிற்
        புகைபோல் மறைந்ததம்மா!
காக்கக் கடன்பட்டுக்
        காலமெலாம் கையணைவில்

தேக்கிவைத்த செல்வம்
　　தீவாயில் விழுந்ததம்மா!
வெள்ளிக் கிழமை
　　விடிந்துவிட்டால் தென்றலுக்கு(த்)
துள்ளிவரும் நெஞ்சங்கள்
　　துடியாய்த் துடித்ததம்மா!

பல்லாயிரக் கணக்கில்
　　பணம்சேர்த்துச் சேர்த்தவற்றை
நல்லார்க்கும் அல்லார்க்கும்
　　நான்கொடுத்தேன்; ஆனாலும்
சொல்லோ டுறைந்த
　　தூயமணித் தென்றலினை
உள்ளே கிடத்தி
　　உயிர்போலக் காத்திருந்தேன்!
காத்திருந்த தென்றல்
　　காற்றென்றே போனதம்மா!
கல்லாதார் வாயிற்
　　காகிதமாய் ஆனதம்மா!

இனங்கெடுவான் குலங்கெடுவான்
　　இழிகுணத்தின் வாய்ப்படுவான்
பணம் படுத்தும்பாடு
　　பைங்கிளியைக் கொன்றதம்மா!

நீருயரும் போது
　　நிலைஉயரும் தாமரைப்பூ
கார்குவியும் போது
　　களித்தாடும் வண்ணமயில்

வேர்பிடித்து நின்று
விரிந்துயரும் ஆலமரம்
சீழ்பிடித்த 'எத்த'ரிடம்
சிக்கித் தவித்ததம்மா!

குட்டி நடிகையருக்குக்
குழந்தை பிறந்ததையும்
குண்டூரிலே ஒருவன்
கோடாலி செய்ததையும்
பட்டியிலே மாடு
பலகன்று போட்டதையும்
பழையகதா நாயகியர்
பஞ்சணையில் கிடந்ததையும்
எட்டுத் தலைப்பெடுத்தே
இளந்தமிழைக் கொன்றுதரும்
மட்டிக் கிறுக்கன்
மடியினிலே விழுந்ததம்மா!

இத்தனைக்கும் அந்த
இளந்தென்றல் செய்ததென்ன?
எத்தரெலாம் தென்றலுக்கே
ஏங்கித் தவித்ததென்ன?
கள்ளப் பணம்பாதி
கறுப்பதிலே மறுபாதி
கொள்ளையிடும் எத்தர்
குணத்தை உரைத்தல்லால்
கள்ளமிலாத் தென்றல்
கண்ணியத்தை விட்டதுண்டா?

அந்தோ! என்செல்வம்
 ஆழிவாய்ப் பட்டதம்மா!
பந்தாடும் தென்றல்
 பாய்போட்டுத் தூங்குதம்மா!
பாண்டியனார் நாட்டில்
 பழம்பெரிய சோணாட்டில்
தோன்றிய நாள்தொட்டுத்
 தொடர்ந்தோடும்தென்றலது
ஆண்டி உடற்சாம்பல்
 அணுபோற் பறந்ததம்மா!

கைப்பாடு பட்டுக்
 கலைகொடுத்து மெருகேற்றி
மைப்பூ விழியார்
 மனம்போலக் காத்திருந்து
நெய்பூசி வாசம்
 நித்தம் கமழவிட்டு
நின்றாடும் தென்றல்
 நின்றதே நின்றதம்மா!
துணைநீப்பின் வாழாப்
 புறவுபோல் என்பிரிவில்
உயிர்நீத்துத் தென்றல்
 உறங்கிக் கிடக்குதம்மா!

தென்றலே! என்னுயிரே!
 தீந்தமிழே! காவியமே!
சென்று முடிந்துவிட்ட
 தேனாறே! செந்தமிழே!

மன்றமே! காவிரியே!
    மாணிக்கப் பெட்டகமே!
கன்றின் குரலே!
    கடலலையே! கற்பனையே!
என்றோ பிறந்தென்
    இதயத்துள் ளேநடந்து
நின்றுவிட்ட கண்ணே!
    நின்பெருமை யான்மறவேன்!

நீகொடுத்த கல்வி
    நீவளர்த்த கவிதைமனம்
பேர்கொடுத்துச் செல்வம்
    பெரிதுங் கொடுத்தெனையே
வாழவைத்த தம்மா!
    வாழ்கின்றேன்! வாழும்வரை
கண்ணிற் கருத்தில்
    கனவில் உனையணைத்து
என்றும் மகிழ்வேன்!
    இனியவளே! நின்ஆவி
அமைதிப் பெருக்கின்
    அடித்தளத்தில் வாழியவே!
மரணப் படுக்கை
    மலர்களிலே வாழியவே!
வாழியவே தென்றல்!
    வானகத்தே வாழியவே!

('தென்றல்' நின்றுபோன ஆற்றாமையில் பாடியது.)

ஆய்வார் மன்றமே!

பிறப்பெவ் வாறோ பேணுந் தமிழே
வளர்ப்பெவ் வாறோ வாழுங் கவியே
சிறப்பெவ் வாறோ சீரிளம் பெண்ணே
இறப்பொன் றில்லா இதயச் சுடரே!
மறப்பொன் றில்லா மக்கள் திரண்டு
குறிப்பொன் றாகக் கூடினர் இன்று!
இலக்கண வரம்பும் இலக்கிய அரும்பும்
துலக்கும் நினது தொல்பொருள் காண
மலைத்திரு நாட்டில் மண்டினர் இன்று!

கடன்படு வாழ்வுக் கடன்படு துயரால்
கடன்படு கலத்திற் கரைமறந் தோடி
நிலம்பல திருத்தி நீண்டகா லத்து(க்)
குடியினர் போலக் குடிபுகுந் தாரும்
தாமுள மண்ணிற் றமிழ்மற வாமல்
வைத்தனர் தாயே! மலையம், இலங்கை,
தென்ஆப் பிரிக்காத் தீவுகள் பலவும்

தமிழுடன் சென்ற தமிழர்தந் தமிழைச்
சிமிழில் வைத்துச் சிந்தைநீ ரூற்றி
தாயகம் பண்பு தளிர்விடச் செய்த
பற்றுக் கிந்தப் பாரிணை யாமோ?

கற்றார் கற்றதுங் கல்லார் கேட்டதும்
உற்றார்க் கோத, உற்றார் பிறப்பின்
உறவினர்க் கோத, உறவினர் பின்னே
வருபவர்க் கோத வாழுந் தமிழே!
தொல்காப் பியர்தம் தோளமர் கிளியே!
வள்ளுவன் எழுத்தில் வாழும் கலையே!
நம்பா தவரும் நம்புமா றமைந்த
கம்பன் கவியிற் கலந்தபூ மணமே!
செம்பொன் மாடத் தென்புலச் சோழர்
தம்பா லிருந்து தழைத்தமா மரமே!
'புலவர் நாவிற் பொருந்திய வையை'
அலைவிளை யாடும் அடிமுடி யில்லா(த்)
தென்றல்தா லாட்டும் தென்னவர் மகளே!
நாஞ்சில் சுந்தரம் நாட்டிய வாறு
'ஆரியம் போல அழிந்தொழி யாமல்
சீரிளந் திறத்தில்' திகழும் குமரீ!

ஆய ஆய ஆயிரம் தோன்றிப்
பாயும் நின்பெரும் பரப்பினை இன்று
மாபெரும் அவையில் மாபெரும் புலவர்
ஆயப் புகுந்தார்! அன்னாய்! அவர்தம்

மாயத் துணிவை மதித்தவர் பக்கம்
நின்று வாழ்த்துக! நீயல் லாமல்
தென்றல் ஏது? தென்புலம் ஏது?
மன்றமே! பாலில் வளரும் நெய்யென
வளருங் கருத்து வளர்ந்து பெருகிட
ஆய்க! ஆய்க! அன்னை அருள்வாள்
ஆய்வின் முடிவும் அவளே தருவாள்!

(சிங்கப்பூரில் நடைபெற்ற 'முதல் உலகத்தமிழ் மாநாட்டு'ச் சிறப்பு மலரில்)

ஒன்றே சிந்தை

எழுதுகோல் யாவும் இதையே எழுதுக!
எண்ணும் நெஞ்சம் இதையே எண்ணுக!
தொழுங் கரம்யாவும் அவரையே தொழுக!
தூங்கும் கண்களும் அவர்கனாக் காண்க!
நாட்டுமண் காக்கும் நாயகன் சேனைகள்
வீட்டை மறந்து வீழ்ந்திறந் தாரென(க்)
கேட்டநாள் முதலாய்க் கிளர்ந்த தேசமே!
இறப்பில் வாழும் என்னருஞ் சோதரர்
சிறப்புக் கேநின் சிந்தை திருப்புக!
செவ்வான் படரச் செம்புலஞ் சிரிக்க
ஒவ்வோர் துளியும் உடலை விடுத்து
வீழ்ந்த காலையும் வேதனை யின்றி
ஏறுமுன் னேறென ஏறிய தானை
இளையபா ரதத்தின் இணையிலாச் சரிதம்!
கரத்தி லிருந்து சரிந்த மணமலர்
தாலி கழன்று தனித்த கைம்மையர்
மடியி லிருந்து மழலைக் கிளிமொழி
வடிக்குமுன் னாலே வாடிய பிள்ளைகள்
போரில் இவையே புனிதச் சரித்திரம்!

என்றும் சாவுதான் எதிலும் சாவுதான்
இன்று சாவதே ஈடிலாச் சாவுகாண்!
அங்கே,
எட்டுலட் சத்தினை எட்டிய வீரர்கள்
கட்டுப் பாடும் கடமை உணர்ச்சியும்
கொட்டும் பனியில் குளிர்த்தெழும் மேனியும்
கொண்டு நிற்பதைக் குளிர்ந்த சிந்தையால்
வாழ்த்த மறந்தோர் மரத்தின் பட்டைகள்!
ஆதிபத் தியம் அஸ்தமிக் கும்வரை
சாதி மதங்கள் சழக்குரை கட்சிகள்
பேத உணர்வுகள் பின்னல் நினைவுகள்
தன்னை நினைத்துத் தாயைப் புறம்விடும்
சின்னஉள் ளங்கள், செல்வம் பெருக்கும்
வாணிப நோக்கம், வந்த வரைக்கும்
சரியெனத் தேடும் சதித்தொழில் முறைகள்
தாய்ப்பழி பேசிச் சபையி லிருந்து
வாய்கெடச் சொல்லும் வதந்திகள் யாவும்
நின்றுபோ கட்டும்! நினைவும் செயலும்
போரே யாகுக! போரே யாகுக!
புறப்புகழ் தேடும் போரே யாகுக!
'யாரே ஆயினும் அன்னை பூமியில்
காலடி வைத்தால் கருவை யறுப்போம்!
என்னும் பாடலே எங்கும் முழங்குக!
மற்றவை மறந்து மானம் ஒன்றையே
சற்றே நினைக! சரிதம் நம்வசம்!

வருங்காலத் தமிழகம்

அச்சம் நாணம் மடமை இழந்து
    அன்பு பாசம் உறவை மறந்து
மிச்சம் மீதி மென்மையு மிழந்து
    மெல்லிய லார்தம் மேன்மையு மழிவர்!

கைவேல் களிற்றிற் போக்கிய தமிழர்
    கால்வழி வந்த காளையர் வீரம்
தொய்வது நிகழும்; தூய்மை அழியும்;
    சோற்றுக் கடனே சுகக்கட னாகும்!

ஆற்றுவோம் என்றே அன்றைநாள் தமிழர்
    ஆக்கிய கடமை அறுபதில் வந்து
நூற்றில் ஒருவர் வாழ்வது நிகழும்;
    நோய்கள் மலியும்; நுண்மான் அழியும்!

தன்னை மதியார்; தாயை மதியார்;
    பின்னே உலகம் பெற்றது மறியார்;
முன்னைப் பெருமை முற்றிலும் மறியார்;
    மூவர் கோன்முறை முழுவதும் அறியார்!

சேவகன் கடனே திருக்கட னாகக்
  காவல் வாழ்வே கலைவாழ் வாகக்
கோவழி வந்தோர் குடிவாழ் விழந்து
  குற்றேல் வழிக் குறைபசி தீர்ப்பர்!

இலக்கிய மெல்லாம் ஏட்டில் இருக்கும்
  இலங்கும் புகழிற் களங்கம் விழையும்;
துலக்கிய உள்ளமும் துணிவை இழக்கும்
  சுற்றமும் பகையாய்ச் சூழ்ந்துயிர்
                               வாங்கும்!"

இற்றைத் தமிழர் இன்றைய வழியே
  என்றும் சென்றால் இன்னவை நிகழும்!
வற்றாத் துணிவை வளம்பெறச் செய்தால்
  வருநாள் தமிழகம் வாழ்ந்திடக் கூடும்!

நாடெனில் சோவியத்!

"உறு பசியும் ஓவாப் பிணியும்
செறு பகையும் சேராதியல்வது நாடு'—
நாடெனில் யாதென நாட்டிய வள்ளுவன்
பாடல் கூறிய பக்குவத் தேஒரு
நாடுண் டாயின் நாமறிந் தவரை
சோவியத் நாடே துயரிலா நாடு!
மக்கள் மானம், மாண்புகள், தொழில்கள்;
தக்க தலைமை, சமத்துவ உரிமை
பொதுவில் அறுவடை, பொதுவில் உயர்வு
அவரவர் தாய்மொழி அவரவர் காத்தல்,
நோயிலா இல்லம், நொடியிலா உள்ளம்,
தீயவர், திருடர், சிறுமதி யாளர்,
காட்டிக் கொடுப்போர், கயவர், காமுகர்
விலைபெற் றுறங்கும் வேசியர், தரகர்
ஒருவரில் லாத உயர்தனி நாடு!
ஆசிய நாடென அதை அழைத்தாலும்
ஆகிய வறுமை அண்டிய தில்லை!
ஐரோப் பியம்என அழைத்திடும் போதும்
அவசர வாழ்க்கை அணுகிய தில்லை!
கீழ்த்திசைத் தத்துவம் கிளர்ந்தெழும் நாடு!
மேல்திசை விஞ்ஞானம் மேலெழும் நாடு!

வானம் அளந்து மாபெரும் கடலுள்
மூழ்கி எழுந்து முன்னோர் அறியா
ஞானம் முழுவதும் நாட்டிய தேசம்!
சமா தானமே தன்குறிக் கோள்என
அமைவாய் உலகுக் கறிவித்த நாடு!
போரின் துயரைப் பூமியில் எடுத்துச்
சாரம் வைத்த தத்துவ பூமி!
கொடுங் கோல்மன்னன் குடி படையாக
வாழ்ந்த காலத்தை மனத்தி லிருத்தி
அடிமைகள் விடுதலை அகில மெங்கணும்
ஆகத் துணைவரும் அறப்போர் மண்டலம்!
பாரத தேசம் பழகும் தொழில்முறை
யாவினும் சோவியத் அன்பே ஒளிவிடும்!
எங்கள் விடுதலை இயங்கிய நாளை
சோவியத் நாடும் சுவையுறப் பாடும்!
காரணம் நாங்கள் கருத்தால் ஒருவர்!
கால காலங்கள் யாவினும் இந்தப்
பாரத சோவியத் பழக்கம் அன்பு
உறவு ஒற்றுமை ஓங்கியே வளரும்!
ஏனெனில் இருவர் இயற்கையும் ஒன்று!
எண்ணும் பாதையும் இதயமும் ஒன்று!
வாழ்க சோவியத்! வாழிய பாரதம்!
வாழிய உலக மானிடர் உரிமை!

மங்கலம் பேசுக!

தோழர் தோழியர் யாவரும் வருக!
சூழ நின்று தமிழிசை பாடுக!
ஆழி கொண்ட அலையென முழங்குக!
ஏழை மானிடச் சாதியைக் காப்பதே
எங்கடன் என நற்பணி ஏற்றுக!

வாழ்க என்ற முழக்கமல்லா தொரு
வார்த்தை யின்றி மங்கலம் பேசுக!
பைந்தமிழ்க் கவிப் பாவலர் சூழ்க!
பாட்டினாற் றமிழ் நாட்டினை ஆளுக!
நைந்த தோளரை, நலிந்த மனத்தரை,
விழுந்த கண்ணரை, விலாவிலா மாந்தரை,
கை கொடுத்துக் கரையினில் ஏற்றுக!
கட்டை யொன்றில் முட்டுக் கொடுத்தவர்
நெட்டை மேனியும் நிற்குமா றாக்குக!

அரசியல் முறை ஆய்ந்தவர் கூடுக!
ஆட்டு மந்தையின் மேய்ப்பவரும் சேருக!
இறை வரைமுறை பிழைபடு மாறுளம்
இயங் கிடாது பொதுப்பணி யாற்றுக!

கறை படுஞ்சிறு கடுமொழி யறிவும்
காத்து நாவினிற் பூந்தமிழ் பேசுக!
கடமை ஒன்றே உடைமையென் றாக்குக!
இல்லறப் பணி மெல்லியர் வல்லியர்
நல்லறத் தினில் நால்வகைப் பண்பினில்
கல்மனத் தவன் கணவனென் றாயினும்
கண்ணெனக் கொடு காத்தறம் நாட்டுக!
வல்ல மைந்தரை வளர்த்துயிர் கூட்டுக!

வாழும் வீடுகள் ஆயிரம் கட்டுக,
இல்ல தென்றே இல்லாள் இவளென
நல்ல செய்தொரு நற்புகழ் நாட்டுக!
வீர மைந்தர் வேலொடும் தோன்றுக!
வேங்கை யென்று பேர்பெற வாழுக!
சோர மென்பதைத் தூவெனத் தள்ளுக!
சோம்ப லென்பதைக் காம்பிலே கிள்ளுக!
பாரமா யினும் பாசமேற் கொள்ளுக!
பார்க்கும் யாவையும் பகுத்தறி வாக்குக!
பாதை கண்டு பயணம் தொடங்குக!

* * *